# भारतीय संत

## महान संतांची साहित्यिक ओळख

प्रशांत भावसार

Made with ♥ on the Notion Press Platform
www.notionpress.com

"प्रतिलिपी कुंज समूह" या समूहामध्ये भारतातील महान संत साहित्यिकांची माहिती प्रसारित करण्याकरिता संकलनाला चालना मिळाली; म्हणून या समूहामधील साहित्यिक मित्रमंडळी, लेखक व रसिक वाचक मंडळी या सर्वांना समर्पित.

प्रशांत भावसार

# अनुक्रमणिका

# अनुक्रमणिका

प्रकाशक

© प्रशांत भावसार
कात्रज, पुणे - ४११०४६
prashcop@gmail.com

▪ **संकलक** - प्रशांत भावसार

▪ **प्रथम आवृत्ती** - सन २०२२

▪ **किंमत** - १५० /- रूपये

## सूचना

- या पुस्तकात दिलेली सर्व प्रकारची माहिती इंटरनेटवर उपलब्ध असलेल्या विविध पुस्तके व संकेतस्थळावरून नक्कल करून संकलित केलेली आहे.

- ही सर्व माहिती संकलकांनी भारतातील संत साहित्याची माहिती मिळवणे या उद्‌देशाकरिता एकत्रित केलेली आहे. यामध्ये स्वतः ज्ञात असलेली माहिती व भाषा वापरलेली नाही.

- पुस्तकाचे प्रकाशन फक्त संत साहित्याची माहिती मिळवणे या उद्‌देशाकरिता सदरची माहिती एकत्रित केलेली असल्याने त्याच्या सत्यतेविषयी खात्री देऊ शकत नाही.

- पुस्तकाच्या माहितीमधून कोणत्याही प्रकारचे नुकसान अथवा हानी झाल्यास संकलक उत्तरदायी नाही.

# प्रस्तावना

भारतीय संतांबद्दल तर आपण सगळेच जाणून आहोत. भारतीय संतांची किर्ती आणि महती खूपच महान आहे. आजही जगाच्या कानाकोपऱ्यात त्यांनी दिलेल्या ज्ञानाची शिकवण दिली जाते.

महान संतांचे सामाजिक कार्य आणि सामाजिक नेतृत्व खूपच आदरयुक्त आहे यामुळे सगळ्याच संतांना आदर्श मानले जाते. अनेक संतांनी ग्रंथ, पुस्तके, अभंग व इतर काव्य अश्या विविध प्रकारचे साहित्य लिहून त्यातून अंद्धश्रद्धा निर्मूलन, माणुसकी, भक्तिमार्ग व सकारात्मक विचार अश्या विविध प्रकारची शिकवण दिलेली आहे. संतांच्या प्रत्येक साहित्य शैलीतून तत्कालीन जगण्याची जीवन पद्धत दिसून येते तसेच ती आधुनिक काळातही अवलंब कारण्याजोगी आहे. भारतीय संतांनी भक्तीसोबत सामाजिक जनजागृती देखील केली. त्यांच्या साहित्यातून, अभंगातून त्यांनी समाज प्रबोधन केले आहे. किंबहुना काही अभंग तर फक्त समाजप्रबोधनासाठीच लिहिले गेले आहेत. आपल्या भारतात पुरुष संतांसोबतच महान स्त्री संतही होऊन गेल्या आहेत. त्यांनी त्यांच्या काव्यातून देवावरील नितांत श्रद्धा दाखवून दिली व अन्यायाला वाचा देखील फोडलेली आहे.

भारतातील संतांची वैयक्तिक माहिती, कार्य आणि त्यांची साहित्याविषयक माहिती आजच्या आणि पुढच्या पिढीपर्यंत पोहोचवण्यासाठी तसेच ते अंगीकारण्यासाठी निवडक २४ संतांची ओळख मी या पुस्तकाद्वारे देत आहे. ही माहिती वाचकांपर्यंत पोहचावी आणि सर्वांनी त्याचा अभ्यास करून आपापल्या जीवनात सकारात्मक बाबींचे आचरण करावे असा प्रमुख हेतू हे पुस्तक संकलन करण्याचा आहे.

**प्रशांत भावसार**

# ऋणनिर्देश, पावती

- इंटरनेटवरील विविध संकेतस्थळं / विकिपीडिया
- प्रतिलिपी कुंज समूह
- लेखिका प्रणाली शिंदे

# प्रस्तावना.

भारतीय संतांबद्दल तर आपण सगळेच जाणून आहोत. भारतीय संतांची किर्ती आणि महती खूपच महान आहे. आजही जगाच्या कानाकोपऱ्यात त्यांनी दिलेल्याज्ञानाची शिकवण दिली जाते.

महान संतांचे सामाजिक कार्य आणि सामाजिक नेतृत्व खूपच आदरयुक्त आहे यामुळे सगळ्याच संतांना आदर्श मानले जाते. अनेक संतांनी ग्रंथ, पुस्तके, अभंग व इतर काव्य अश्या विविध प्रकारचे साहित्य लिहून त्यातून अंद्धश्रद्धा निर्मूलन, माणुसकी, भक्तिमार्ग व सकारात्मक विचार अश्या विविध प्रकारची शिकवण दिलेली आहे. संतांच्या प्रत्येक साहित्य शैलीतून तत्कालीन जगण्याची जीवन पद्धत दिसून येते तसेच ती आधुनिक काळातही अवलंब कारण्याजोगी आहे. भारतीय संतांनी भक्तीसोबत सामाजिक जनजागृती देखील केली. त्यांच्या साहित्यातून, अभंगातून त्यांनी समाज प्रबोधन केले आहे. किंबहुना काही अभंग तर फक्त समाजप्रबोधनासाठीच लिहिले गेले आहेत. आपल्या भारतात पुरुष संतांसोबतच महान स्त्री संतही होऊन गेल्या आहेत. त्यांनी त्यांच्या काव्यातून देवावरील नितांत श्रद्धा दाखवून दिली व अन्यायाला वाचा देखील फोडलेली आहे.

भारतातील संतांची वैयक्तिक माहिती, कार्य आणि त्यांची साहित्याविषयक माहिती आजच्या आणि पुढच्या पिढीपर्यंत पोहोचवण्यासाठी तसेच ते अंगीकारण्यासाठी निवडक २४ संतांची ओळख मी या पुस्तकाद्वारे देत आहे. ही माहिती वाचकांपर्यंत पोहचावी आणि सर्वांनी त्याचा अभ्यास करून आपापल्या जीवनात सकारात्मक बाबींचे आचरण करावे असा प्रमुख हेतू हे पुस्तक संकलन करण्याचा आहे.

**प्रशांत भावसार**

# 1

# संत निवृत्तीनाथ

निवृत्तीनाथ विठ्ठलपंत कुलकर्णी

जन्म : १२६८ किंवा १२७३

संजीवन समाधी : ज्येष्ठ वद्य १२ शके १२९९

निवृत्तिनाथ हे संत ज्ञानेश्वरांचे मोठे बंधू. नाथ संप्रदायातील गहिनीनाथांनी निवृत्तिनाथांना दीक्षा दिली. निवृत्तिनाथांचे जन्मवर्ष १२६८ किंवा १२७३ असे सांगितले जाते. ज्ञानेश्वर, सोपानदेव मुक्ताई,

निवृत्तिनाथ ह्या चार भावंडांमधे निवृत्तिनाथ हे थोरले होते. निवृत्तिनाथ हे ज्ञानेश्वरांचे गुरू होते. निवृत्तिनाथांनी ज्ञानेश्वरांना संस्कृतमध्ये असणारी गीता सामान्य लोकांना उमजेल अशा शब्दांत लिहिण्याचा आदेश दिला. त्याप्रमाणे ज्ञानेश्वरांनी भावार्थदीपिका (ज्ञानेश्वरी) लिहून काढली. गहिनीनाथ हे निवृत्तिनाथांचे गुरू होते.

'निवृत्तिचे ध्येय कृष्ण हाचि होय । गयिनीनाथे सोय दाखविली ॥'

असे निवृत्तिनाथांनीच आपल्या एका अभंगात म्हणून ठेविले आहे. सुमारे तीन-चारशे अभंग आणि एक हरिपाठ एवढी रचना निश्चितपणे निवृत्तिनाथांची आहे असे म्हणता येईल. योगपर, अद्‌वैतपर आणि कृष्णभक्तिपर असे हे अभंग आहेत. रसवत्तेच्या दृष्टीने ते काहीसे उणे वाटतात; तथापि निवृत्तिनाथांची ख्याती आणि महत्त्व कवी म्हणून नाही, तर ज्ञानेश्वरांचे मार्गदर्शक म्हणून आहे. त्यांनी 'आपले संपूर्ण अध्यात्मधन ज्ञानेश्वरांना देऊन त्यांना यश दिले व आपण त्या यशापासूनही निवृत्त झाले' असे निवृत्तिनाथांबद्‌दल म्हटले जाते. ज्ञानेश्वरांनी त्यांच्याबद्‌दलचा आदर अनेक ठिकाणी व्यक्त केला आहे. ज्ञानेश्वरांनी संतमंडळींसह केलेल्या अनेक तीर्थांच्या यात्रेतही निवृत्तिनाथ त्यांच्या सोबत होतेच. निवृत्तिदेवी, निवृत्तिसार आणि उत्तरगीताटीका असे तीन ग्रंथही निवृत्तिनाथांनी लिहिल्याचे म्हटले जाते; तथापि ते अनुपलब्ध आहेत. रा. म. आठवले यांनी निवृत्तेश्वरी असा एक ग्रंथ संबोधिला आहे. ज्ञानेश्वरीप्रमाणेच हेही गीतेवरील एक भाष्य आहे. तथापि हा ग्रंथ निवृत्तिनाथांचाच आहे, असे अद्‌याप सिद्‌ध झालेले नाही. धुळ्याच्या श्रीसमर्थवाग्देवतामंदिरात 'सटीक भगवद्‌गीता' आणि 'समाधि बोध' अशी दोन हस्तलिखिते निवृत्तिनाथांची म्हणून ठेविली आहेत.

ज्ञानेश्वर आणि सोपानदेव समाधिस्थ झाल्यानंतर मुक्ताई 'अन्नपाणी सकळ' त्यागूनी परलोकवासी झाली व पुढे लवकरच निवृत्तिनाथांनीही त्र्यंबकेश्वरी देह ठेविला. त्यांची समाधी तेथेच बांधण्यात आली आहे. निवृत्तिनाथांची पुण्यतिथी ज्येष्ठ वद्‌य द्‌वादशीला असते.

संत निवृत्तिनाथांनी ब्रह्मगिरीच्या सानिध्यात ज्येष्ठ वद्य १२ शके १२९९ रोजी संजीवन समाधी घेतली. ब्रह्मगिरी प्रदक्षिणा करत असतांना योगीराज गहिनीनाथांचा अनुग्रह संत निवृत्तिनाथांना लाभला. तो गुरूप्रसाद त्यांनी धाकले बंधू संत ज्ञानेश्वरांना दिला. यानंतर अखिल विश्वाला मानवतेचा समतेचा संदेश देणारा वारकरी संप्रदाय स्थापन झाला. संत निवृत्तिनाथांनी ज्येष्ठ वद्य द्वादशीस येथे संजीवन समाधी घेतल्याचे वर्णन संत नामदेव महाराज यांच्या अभंगात आल्यानंतर ही बाब प्रकाशझोतात आली.

**निवृत्तिनाथांवरील मराठी पुस्तके :**

१. श्री संत निवृत्तीनाथ चरित्र (बाळकृष्ण लळीत)

२. परब्रह्म - (संत निवृत्तिनाथांवरील पहिली कादंबरी) लेखिका सौ. गायत्री मुळे

# 2

# संत ज्ञानेश्वर

ज्ञानेश्वर विठ्ठलपंत कुलकर्णी

जन्म : आपेगाव-पैठण, श्रावण कृष्ण अष्टमी इ.स. १२७५

संजीवन समाधी : आळंदी, इ.स. १२९६

हे १३ व्या शतकातील प्रसिद्ध मराठी संत आणि कवी होते. हे भागवत संप्रदायाचे प्रवर्तक, योगी व तत्त्वज्ञ होते. फक्त १६ वर्षांच्या

लहान आयुष्यात त्यांनी ज्ञानेश्वरी (भगवद्गीतेवरील भाष्य) आणि अमृतानुभव यांची रचना केली. देवगिरीच्या यादव घराण्याच्या आश्रयाने मराठी भाषेतील सर्वात जुन्या हयात असलेल्या साहित्यकृती आहेत आणि या मराठी साहित्यातील मैलाचे दगड मानल्या जातात. संत ज्ञानेश्वरांच्या विचारांमध्ये अद्वैतवादी वेदांत तत्त्वज्ञान आणि भगवान विष्णूचा अवतार असलेल्या विठ्ठलाच्या भक्तीवर आणि योगावर भर देण्यात आला आहे. त्यांच्या वारशाने एकनाथ आणि तुकाराम यांसारख्या संत-कवींना प्रेरणा दिली. महाराष्ट्रातील हिंदू धर्मातील वारकरी (विठोबा-कृष्ण) भक्ती परंपरेचे हे संस्थापक आहेत. संत ज्ञानेश्वरांनी १२९६ मध्ये आळंदी येथे संजीवन समाधी घेतली.

भावार्थदीपिका (ज्ञानेश्वरी), अमृतानुभव, चांगदेवपासष्टी व हरिपाठाचे अभंग ह्या त्यांच्या काव्यरचना आहेत. अध्यात्म आणि तत्त्वज्ञानाविषयक विचार मराठीतूनही व्यक्त करता येतात असा विश्वास संत ज्ञानेश्वरांनी आपल्या ग्रंथकर्तृत्वातून निर्माण केला. त्यामुळे समाजातील सर्व थरांतील लोकांना आध्यात्मिक प्रेरणा मिळाली.

ज्ञानेश्वरांनी आपल्या काव्यरचना करताना बाप विठ्ठलसुत, रखुमाईवर, ज्ञाना, ज्ञानाबाई, आणि ज्ञानदेव ही नावेही वापरली आहेत. हरिपाठ या ग्रंथाच्या अखेरीस ज्ञानेश्वरांनी स्वतःची नाथसंप्रदायाची गुरुपरंपरा सांगितली आहे, ती अशी : आदिनाथ → मत्स्येंद्रनाथ → गोरक्षनाथ → गहिनीनाथ → निवृत्तिनाथ → ज्ञानेश्वर

ज्ञानेश्वरांचा जन्म आपेगाव येथे अकराव्या शतकात, श्रावण कृष्ण अष्टमी, शके ११९७ (इ.स. १२७५) रोजी झाला. त्यांच्या वडिलांचे नाव विठ्ठलपंत कुलकर्णी. त्यांच्या आई रुक्मिणीबाई या होत. निवृत्तिनाथ हे ज्ञानेश्वरांचे थोरले बंधू व सोपानदेव व मुक्ताबाई ही धाकटी भावंडे.

आपेगाव हे औरंगाबाद जिल्ह्यातील पैठणजवळ गोदावरी नदीच्या काठावर वसलेले छोटे गाव आहे. ज्ञानेश्वरांचे वडील विठ्ठलपंत हे मुळात विरक्त संन्यासी होते. विवाहित असतानाच त्यांनी संन्यास घेतला व ते काशीला गेले. गुरूंना ते विवाहित असल्याचे समजल्यावर गुरूंनी त्यांना परत पाठवले. त्यांच्या आज्ञेनुसार पुन्हा गृहस्थाश्रमात

प्रवेश केल्यानंतर विठ्ठलपंतांना चार अपत्ये झाली. निवृत्ती, ज्ञानदेव, सोपान व मुक्ताबाई अशी त्यांची नावे होत.

विठ्ठलपंत तीर्थयात्रा करत करत आळंदी मुक्कामी येऊन स्थायिक झाले. त्या काळी संन्यास्याची मुले म्हणून सर्व समाज या चौघा भावंडांची हेटाळणी करीत असे. गावाने त्यांना व त्यांच्या कुटुंबाला वाळीत टाकले. परित्यक्त ब्राह्मण म्हणून त्यांना काळ कंठावा लागला. ज्ञानेश्वर व त्यांच्या भावंडांची मुंज करण्याचे आळंदीच्या ब्राह्मणांनी नाकारले. त्यावर विठ्ठलपंतांनी उपाय काय असे धर्मशास्त्रींना विचारले. त्यावर केवळ देहदंडाचीच शिक्षा आहे असे ब्राह्मणांनी सांगितले. मुले संस्कारांपासून वंचित राहू नये व त्यांचे भविष्यात भले व्हावे यासाठी विठ्ठलपंतानी व रुक्मिणीबाई यांनी आत्महत्या करून देहान्त प्रायश्चित्त घेतले.

आई-वडिलांच्या मृत्यूनंतरही ज्ञानेश्वरांना आणि त्यांच्या भावंडांना लोकांकडून फार त्रास दिला गेला. त्यांना अन्न आणि पाणी यासारख्या मूलभूत गोष्टी नाकारण्यात आल्या. पुढे ही भावंडे पैठणला गेली आणि तेथे ज्ञानेश्वरांनी आपली विद्वत्ता सिद्ध केली. संत ज्ञानेश्वरांनी अत्यंत रसाळ भाषेत शब्दरचना केली आहे. भिक्षा मागून ते आपला जीवन निर्वाह करीत असत. भिक्षा मागणाऱ्या या भाऊ बहिणींची कुशाग्र बुद्धी व शास्त्र ज्ञान पाहून पैठणमधील ब्राह्मण दुःखी होत असत. त्यांनी विचार केला की "आईवडिलांच्या अपराधाचे दंड मुलांना देणे अन्याय पूर्ण आहे." शेवटी १२८८ साली पैठण मधील ब्राह्मणांनी चारही भाऊ बहिणींना शुद्ध करून पुनः समाजात सम्मिलित केले. भावार्थदीपिका उर्फ ज्ञानेश्वरी हे भगवद्गीतेच्या अनुवादवजा टीका ग्रंथाचे कार्य ज्ञानेश्वरांनी अहमदनगर जिल्ह्यातील नेवासा येथे केले.

ज्ञानेश्वरांचे मोठे बंधू संत निवृत्तीनाथ हेच त्यांचे सद्गुरू होते. नेवासा क्षेत्रात आपल्या गुरूंच्या कृपाशीर्वादाने गीतेवर त्यांनी प्रख्यात टीका लिहिली. खरे पाहता ज्ञानेश्वरांनी ही टीका सांगितली व सच्चिदानंद बाबा यांनी ती लिहिली. या ग्रंथास ‘ज्ञानेश्वरी’ किंवा ‘भावार्थदीपिका’ असे म्हणतात. हे मराठी वाङ्मयाचे देशीकार लेणे झाले. ज्ञानेश्वरीच्या माध्यमातून संस्कृत भाषेतील ‘ज्ञान’, श्री संत

ज्ञानेश्वरांनी प्राकृत भाषेत आणले.

माझा मराठाचि बोलू कौतुके। परि अमृतातेहि पैजासी जिंके।
ऐसी अक्षरे रसिके। मेळवीन।। (ज्ञाने - ६.१४)

असे म्हणत त्यांनी मराठी भाषेविषयीचा अभिमान, मराठीची महती व्यक्त केली आहे. कर्मयोग, ज्ञानयोग व भक्तियोग सांगणाऱ्या ज्ञानेश्वरीत सुमारे ९००० ओव्या आहेत. हा ग्रंथ इ.स. १२९० मध्ये लिहिला गेल्याचे मानले जाते.

त्यांचा दुसरा ग्रंथ 'अनुभवामृत' किंवा 'अमृतानुभव' होय. हा विशुद्ध तत्त्वज्ञानाचा, जीव-ब्रह्म ऐक्याचा ग्रंथ आहे. सुमारे ८०० ओव्या (दहा प्रकरणे) या ग्रंथात आहेत. तत्त्वज्ञानाच्या दृष्टीने हा श्रेष्ठ ग्रंथ आहे.

'चांगदेव पासष्टी' या ग्रंथाद्वारे त्यांनी चांगदेवांचे गर्वहरण करून त्यांना उपदेश केला. संत ज्ञानेश्वरांनी उपदेशपर लिहिलेले ६५ ओव्यांचे पत्र म्हणजे चांगदेव पासष्टी हा ग्रंथ होय. यात अद्वैतसिद्धान्ताचे अप्रतिम दर्शन आहे.

संत ज्ञानेश्वरांचा 'हरिपाठ' (अभंगात्मक,२८ अभंग) हा नामपाठ आहे. यात हरिनामाचे महत्त्व सांगितले आहे.

'अमृतानुभव' या ग्रंथाच्या लेखनानंतर संत ज्ञानेश्वरांनी तीर्थयात्रा केली. संत नामदेव महाराजांच्या 'तीर्थावली' मध्ये या तीर्थयात्रेचा उल्लेख आढळतो. या यात्रेनंतर ज्ञानेश्वरमाउलींनी समाधी घेण्याचा निर्णय घेतला. संत नामदेवांच्या समाधीच्या अभंगांमध्ये तत्कालीन संदर्भ सापडतात. अन्य संतांची मानसिक स्थिती, त्यांच्यासह समाजाला झालेले दुःख, खुद्द नामदेव महाराजांच्या वेदना, ज्ञानेश्वरांचा संयम आणि निग्रह - या सर्व गोष्टींचे प्रतिबिंब समाधीच्या अभंगांत आढळते.

'जो जे वांछील, तो ते लाहो' असे म्हणत अखिल विश्वाची जणू काळजी वाहणाऱ्या संत ज्ञानेश्वरांना वारकरी संप्रदायासह सर्वच भक्त प्रेमाने 'माउली' म्हणतात. त्यांनी धर्मातील क्लिष्ट अवडंबरे काढून धर्माला कर्तव्याचा वेगळा अर्थ दिला. वाङ्मय निर्मितीबरोबरच त्यांनी आध्यात्मिक लोकशाहीचे बीज रोवण्याचा यशस्वी प्रयत्न् चंद्रभागेच्या

वाळवंटात केला. भागवत धर्माचा तथा वारकरी संप्रदायाचा पाया रचण्याचे अभूतपूर्व कार्य त्यांनी केले. संत नामदेव, संत गोरा कुंभार, संत सावता माळी, या समकालीन संत प्रभावळीचे अनौपचारिक नेतृत्व करत, संत ज्ञानेश्वरांनी अध्यात्माच्या क्षेत्रात समानता प्रस्थापित करण्याचा प्रयत्न केला. ज्ञानेश्वर महाराजांनी भगवद्गीता मराठीतून लिहिली.

संतवर्य ज्ञानदेवांनी वयाच्या अवघ्या २१ व्या वर्षी, आळंदी येथे इंद्रायणी नदीच्या काठी संजीवन समाधी घेतली (कार्तिक वद्य त्रयोदशी, शके १२१८, दुर्मुखनाम संवत्सर, इ.स.१२९६, गुरुवार). हा 'ज्ञानसूर्य' मावळल्यानंतर अवघ्या वर्षभरात निवृत्ती, सोपान व मुक्ताबाई या त्यांच्या भावंडांनी आपआपली इहलोकीची यात्रा संपवली. इंद्रायणीच्या तीरावर आळंदीमध्ये संत ज्ञानेश्वर महाराजांचा संजीवन समाधी सोहळा कार्तिक वद्य षष्ठी ते अमावस्येपर्यंत साजरा केला जातो. यातील प्रत्येक दिवसाला आगळेवेगळे महत्व आहे.

**ज्ञानेश्वर महाराजांनी लिहिलेली ग्रंथ खालीलप्रमाणे :**

१. अमृतानुभव

२. चांगदेव पासष्टी

३. भावार्थदीपिका (किंवा ज्ञानेश्वरी) - या ग्रंथाचा शेवट पसायदान या नावाने ओळखला जातो.

४. स्फुटकाव्ये (अभंग, विराण्या, आदि.)

५. हरिपाठ (श्री ज्ञानदेव हरिपाठ)

# 3

# संत सोपानदेव

सोपानदेव विठ्ठलपंत कुलकर्णी
जन्म - १२७७, आळंदी
निर्वाण -१२९७, सासवड

**जिवनकथा :**

विठ्ठलपंत व रुक्मिणी यांच्या संत निवृत्तीनाथ व संत ज्ञानेश्वर यांच्यानंतरचे आणि संत मुक्ताबाई या बहिणीच्या अगोदरचे अपत्य म्हणजे संत सोपानदेव होत. आई वडिलांनी देहत्याग केला त्यावेळी ही भावंडे लहान होती. सोपानदेवांचे वय तर अजाणतेच म्हणावे लागेल. अगदी संत ज्ञानदेवांनी 'ज्ञानेश्वरी' अर्थात 'भावार्थदीपिका लिहिली तेव्हा म्हणजे शके १२१२ (इ.स. १२९०) मध्ये त्यांचे वय अवघे पंधरा-सोळा वर्षांचे होते.

**बालपण :**

त्यांचे बालपण प्रारंभी आई वडिलांच्या छत्रछायेखाली गेले असले तरी हे प्रेम त्यांना अतिशय अल्पकाळ मिळाले होते. त्यांनतरचे त्यांचे बालपण निवृत्तीनाथ व ज्ञानदेवांच्याच सान्निध्यात गेलेले आहे. सोपानदेवांना आपल्या आई वडिलांकडून सुसंस्कृत जीवनाचा वारसा मिळाला होताच, शिवाय त्यानंतर थोरल्या भावंडांनीही त्यांच्यावर उत्तम संस्कार केलेले होते. आई वडिलांच्या समवेत त्र्यंबकेश्वराची यात्रा त्यांनी अतिशय लहानपणी केली. त्यावेळी निवृत्तीनाथांच्या गर्भगिरीच्या जंगलात हरवण्याचा प्रसंग त्यांच्या जीवनात विस्मरणीय ठरला असावा. पुढे भावंडासोबत शुद्धिपत्र मिळविण्यासाठी त्यांनी पैठणला प्रयाण केले. परतीच्या प्रवासात नेवासा येथे या भावंडांचा प्रदीर्घ मुक्काम पडला होता. नंतर भावंडासोबत पंढरपुरची वारी आणि नामदेवादी संतांबरोबर तीर्थटनही त्यांनी केले. अशाप्रकारे त्यांना बालपणातच एकप्रकारची भटकंती करून जीवन कंठावे लागले होते.

**शिष्यपरिवार :**

सोपानदेव वयाने लहान असले तरी अध्यात्मातील अधिकारी पुरूष होते. निवृत्तीनाथ व ज्ञानदेवांच्या सहवासात राहून त्यांनी आध्यात्मिक व यौगिक प्रगती साधलेली होती. त्यामुळे त्यांच्याकडे वारकरी परंपरेतील अनेक संत आकर्षित होणे साहजिक होते. काही संतजनानी त्यांचे शिष्यत्व पत्करल्यांची नोंद विविध अभंगांतून मिळते.

आदिनाथ - मच्छिंद्रनाथ - गोरक्षनाथ - गहनीनाथ - निवृत्तीनाथ - सोपान - विसोबा - नामदेव - परिसा भागवत - चोखा

वारकरी सांप्रदायामध्ये विसोबांना कुठे ज्ञानदेवांचे तर कुठे मुक्ताबाईंचे शिष्य मानलेले आहे. मात्र स्वतः विसोबा खेचर यांचा खालील अभंग प्रमाण मानल्यास त्यात ते स्वतःचा उल्लेख सोपानदेवांचा शिष्य असाच करतात. सोपानदेवांना ते सद्‌गुरू म्हणून त्यांनी आपल्या माथ्यावर कृपेचा हात टेवल्याची नोंद करतात.

माझी मुळ पीटिका सोपान सद्‌गुरू । तेणे माथा कप टेवियेला ।।१।।
त्याचे कृपेकरून मीपणा ठकलो । देहेभावा गेलो विसनिया ॥२॥
चांगयावा अगिकार मुक्ताईने केला । सोपान वोळला मजवरी ॥३॥
जन्ममरणाचे भय नाही आता । खेचरी तत्वता मुद्रा दिली ॥४॥
जिकडे पाहे तिकडे आनंद भरला । खेवर सामावला तयामाजी॥५॥

त्यांच्या अभंगरचनेचा दाखला देत प्र. न. जोशी लिहितात, "पैठणजवळच्या 'मुंगी' या गावचे राहणारे हे विसोबा खेचर. ज्ञानेश्वर-नामदेवांच्या उत्तरेतील यात्रेत इतर संतांबरोबर होते. औंढ्या नागनाथ या पुरातन अशा शिवक्षेत्री यांचे वास्तव्य नेहमी असे. यांनी सोपानदेवांना आपले गुरू मानले होते. काही संशोधक विसोबांना ज्ञानेश्वरांचे शिष्य मानतात. विशेष म्हणजे ज्या ग्रंथात प्र. न. जोशी यांनी वरील लेख लिहिला आहे त्याच ग्रंथात त्याचे संपादक ल. रा. पांगारकर विसोबा खेचर हे ज्ञानेश्वरांचे शिष्य व त्यांचे शिष्य नामदेव." असा उल्लेख करतात. यामुळे स्वतः विसोबांचाच अभंग प्रमाण मानावा आणि विसोबा खेचर हे सोपानदेवांचेच शिष्य होते, हेच मत योग्य वाटते.

**सोपानदेवांचे वाङ्‌मयीन कार्य :**

निवृत्तीनाथ आणि ज्ञानदेवांसारख्या प्रज्ञावंत भावंडांच्या सहवासात सतत राहिल्यामुळे, मुळात करूणावतार असलेल्या सोपानदेवांना लेखनाची उर्मी असणे नैसर्गिकच होते. नेवासे येथे ज्ञानदेवांनी ज्ञानेश्वरीचे निरूपण केले, 'अमृतानुभव' हा ग्रंथ लिहिला. पुढे चांगदेवाच्या पत्राच्या निमित्ताने 'चांगदेवपासष्टी' हा ग्रंथ सिद्‌ध झाला. निवृत्तीनाथ व मुक्ताई यांनीही अमंगरचना केली. यांच्या सहवासामुळे सोपानदेवांनीही लेखन केले आहे. त्यांच्या नावावर 'सोपानदेवी' हा ग्रंथही असल्याचे काही संशोधक मानतात. मात्र तो उपलब्ध नाही. तथापि, त्यांनी लिहिलेले अभंग उपलब्ध असून त्यांचा विचार येथे केला

आहे.

**संत सोपानदेव यांची अभंगरचना :**

संत सोपानदेवांनी केलेल्या अभंगरचनेकडे संख्यात्मक दृष्टीने पाहिल्यास ती अतिशय कमी आहे. मात्र त्याकडे भावात्मक दृष्टीने पाहिल्यास त्यातील मूल्ये लक्षात येतात. याव अनुषंगाने त्यांचा अभ्यास येथे केला आहे. सोपानदेवांच्या अभंगाचे मर्म नेमकेपणाने सांगताना प्रा. कृष्णा गुरव लिहितात, "संत श्रीसोपानदेव महाराजांच्या अभंग अक्षय ज्ञानगंगेत प्रवेश करताच आपल्या मेंदूवरील जन्माजन्मांच्या क्षुद्रातिक्षुद्र विचारांचे चिकट चिकट, अतीअती चिकट, थरच्या थर अगदी सहजरीत्या विरघळून निघून जातात.

कमालीचे अंतर्मुख करणारे जीवनविचार सांगून बुद्धीची मलीनताच दूर करण्याचे पहिले कार्य श्रीसोपानदेव करतात." वस्तुतः कोणत्याही वारकरी संताने निर्मिलेले अभंग ठरवून एखाद्या साच्यात बसवलेले नाहीत. ती काही त्यांनी स्वतःच्या प्रसिद्धीसाठी केलेली उठाठेव नाही. त्यामागे निखळ भक्तिभाव आहे. त्या त्यांच्या मनातील भक्तीच्या भावना आहेत. त्यामुळे या अभंगांची स्पष्ट वर्गवारी करता येत नाही. मात्र ज्या विषयाचे प्रतिपादन त्या अभंगात केंद्रस्थानी आढळते, त्यामध्ये त्याचे बर्गीकरण करावे लागते.

अभंग :

पंढरीमाहात्म्य व नामपर -

संत सोपानदेवांनी निर्मिलेल्या अभंगातील जवळपास निम्मे अभंग पंढरीचा महिमा वर्णन करणारे व पांडुरंगाच्या नामस्मरणाचे माहात्म्य सांगणारे आहेत. वारकरी संतांना पंढरी म्हणजे भूवैकुंठ आहे. याठिकाणी आले, पंढरीची वारी केली की, स्वर्गाची प्राप्ती होते ही या संतांची आणि समस्त वारकरी संप्रदायाच्या अनुयायांची श्रद्धा आहे. पांडुरंगाच्या पायाचे दर्शन व नामस्मरण जीवाला मुक्ती मिळवून देण्यास पुरेसे आहे ही त्यांची श्रद्धा असते. सोपानदेवांनीही या श्रद्धायुक्त अंतःकरणानेच या रचना केलेल्या आहेत.

उघडली दृष्टी इंद्रिया सकट । वैकुंठीची वाटपंढरी जाणा ॥१॥
दृष्टीभरी पाहे दैवत । पूर्ण मनोरथ विठ्ठलदेवे ।।२।।

हाची मार्ग सोपा जनासी उघड | विषयाचे जाड टाकी परते ॥३॥
सोपान म्हणे गुफसी सर्वथा। मग नव्हे उत्तथा भक्तिपंथे ॥४॥"
*****

चलारे वैष्णवलो जाऊ पंडरीयेसी । प्रेमामृत खुण मागो त्या विलासी ॥१॥

चालिले गोपाळ वाहताती वाकुल्या । भरले प्रेमरसे मग ते वाताती टाळीया ॥२॥

दिंड्या गरूडटके मृदंगाचे नाद । गाताती विठ्ठलनाम करिताती आल्हाद ।।३।।

प्रावले पंढरी भीमा देखीयेली दृष्टी । वैष्णवांवा गजरू आनंदे हेलावली सृष्टी ॥४॥

गजरू गोपाळांचा श्रवणी पाडेयेला । शंखचक्र करी विठ्ठल सामोरा आला ॥५॥

कासवदृष्टी न्याहाळीतु रंगी नाचतु पै उगला । सोपान म्हणे आम्ही वाळवंटी केला काला ॥६॥

# 4

# संत मुक्ताबाई

मुक्ता विठ्ठलपंत कुलकर्णी

जन्म : इ.स.१२७९ आश्विन शुद्ध प्रतिपदा (घटस्थापना), आपेगाव

समाधी : इ.स. १२९७ महत् नगर तापीतीर महतनगर, मुक्ताईनगर, जळगाव

या महाराष्ट्रातील संत व कवयित्री होत्या. ह्या मुक्ताई या नावानेही ओळखल्या जातात. कौटुंबिक पार्श्वभूमी संत मुक्ताबाई यांचे नाव मुक्ताई विठ्ठलपंत कुलकर्णी असे होते. निवृत्तिनाथांचे आजोबा-आजी गोविंदपंत व निराई तसेच निवृत्तिनाथ यांना गहिनीनाथांचा अनुग्रह प्राप्त झाला होता. रुख्मिणी आणि विठ्ठलपंत हे आई-वडील. संत निवृत्तिनाथ, संत ज्ञानेश्वर व संत सोपानदेव हे मुक्ताबाईंचे थोरले भाऊ होते. संन्याशाची मुले म्हणून या चारही भावंडांना बालपणी खूप कष्टांना सामोरे जावे लागले. संत मुक्ताबाई यांनी आपल्या शिष्यांना सोऽहम् मंत्राची शिकवण दिली आहे असे त्यांच्या उपदेशपर अभंगातून स्पष्ट होते.

**गुरुपरंपरा :**

मच्छिंद्रनाथ ऊर्फ मत्स्येंद्रनाथ - गोरखनाथ ऊर्फ गोरक्षनाथ - गहिनीनाथ - निवृत्तीनाथ - मुक्ताबाई अशी ही गुरुपरंपरा आहे.

**कार्यकर्तुत्व :**

आपले परात्पर गुरु असणाऱ्या गोरक्षनाथांची आपल्या साधनेच्या आधारावर योगमार्गाने भेट घेतली. ताटीचे अभंग लिहून संत ज्ञानेश्वरांना लेखनप्रवृत्त केले. योगी चांगदेवांचा अहंकार छोट्याश्या मुक्ताबाईचे अलौकिक ज्ञान बघून गळून गेला होता. त्यांनी मुक्ताबाईना आपले गुरू मानले. भक्तश्रेष्ठ म्हणून सुविख्यात असणाऱ्या संत नामदेवांच्या जीवनाच्या दृष्टीनेही संत मुक्ताबाई यांचे प्रबोधन महत्त्वाचे ठरले. संत मुक्ताबाईमुळे त्यांना विसोबा खेचर या गुरूंचा लाभ झाला. नाथसंप्रदायातील सद्‌गुरुपदावर आरूढ झालेल्या मुक्ताबाई ह्या पहिल्याच स्त्री-सद्‌गुरु होत्या.

**बालपण :**

बालपणी आई-वडील यांच्यासोबत ब्रह्मगिरीची प्रदक्षिणा केली. त्यानंतर अल्पावधीतच आई-वडिलांचा देहत्याग झालेला आहे. त्यामुळे लहान वयातच तीन भावंडाच्या पाठीवरील ही धाकटी बहीण प्रौढ बनली.

**मुक्ताबाईस दिलेली सनद :**

वडील-बंधू निवृत्तीनाथ यांच्याकडून ज्ञानेश्वर, मुक्ताबाई आणि सोपानदेव यांना नाथ संप्रदायाची दीक्षा मिळाली. त्यामुळे ज्ञानेश्वर

आणि मुक्ताबाई यांच्यामध्ये गुरु बंधुभगिनी असे एक हृद्य नाते निर्माण झाले. मुक्ताबाईना आलेल्या साधनेतील शंका त्यांनी ज्ञानेश्वरांना विचाराव्यात आणि त्यांनी केलेल्या मार्गदर्शनाच्या आधारे पुढे वाटचाल करावी असे चालू असे. एके दिवशी ज्ञानेश्वरांनी मुक्ताबाईस सांगितले, आठवे समाधीचे अंग आले तुज, आता नाही काज आणिकांसी. ज्ञानेश्वर आणि मुक्ताबाई यांच्यातील हे संवाद ज्ञानेश्वरांनी 'मुक्ताबाईस दिलेली सनद' या नावाने प्रसिद्ध आहेत.

यानंतर विसोबा खेचर शरण आले आहेत असे दिसते. शुद्धिपत्र मिळविण्यासाठी पैठण गावी चारही भावंडे गेलेली असताना, मुक्ताबाईबद्दलची पैठणकरांची प्रतिक्रिया अशी होती की,

हे तिन्ही अवतार तीन देवाचे । आदिमाता मुक्ताई मुक्तपणे अवतरली ।।

मुक्ताबाईचा ब्रह्मचित्कला नावाने देखील सन्मान झाला असल्याचे आढळते.

ताटीच्या अभंगाद्वारे ज्ञानेश्वरांना विनवणी - ज्ञानेश्वरांकडून ज्ञानेश्वरीची निर्मिती - मुक्ताबाईने चांगदेवाना 'पासष्टी'चा अर्थ सांगितला. - मुक्ताबाईचा पहिला शिष्य - चांगदेव - नामदेवांची भेट - गोरक्षनाथ कृपेचा वर्षाव - अमृत संजीवनीची प्राप्ती - चिरकाल अभंग शरीराचे मिळालेले वरदान - निवडक शिष्यांसमवेत अज्ञातवास - तीर्थयात्रेवरून परतलेल्या ज्ञानदेवादींची भेट - ज्ञानेश्वरांची समाधी (आळंदी) - सोपान व वटेश्वरांची समाधी (सासवड) - चांगदेवांची समाधी (पुणतांबे) - आपेगावी मुक्काम - वेरूळ, घृष्णेश्वर येथे मुक्काम - 'ज्ञानबोध' ग्रंथाची निर्मिती - तापीतीरी स्वरूपाकार झाली. (वैशाख वद्य दशमी)

**संत मुक्ताबाई आणि इतर संत अनुबंध :**

**गुरु गोरक्षनाथ आणि संत मुक्ताबाई** -मुक्ताबाईंनी गोरोबांकरवी नामदेवांची घेतलेली परीक्षा, हा प्रसंग सर्वश्रुत आहे. मात्र या कथेतील महत्वाची भूमिका निभावणारे गोरोबा म्हणजे गोरा कुंभार नसून नाथसंप्रदायातील एक थोर अध्वर्यु गोरक्षनाथ हे होत, असे अनेक पुराव्यांनी सिद्ध करता येते. मुक्ताबाईंनी गोरक्षनाथांची स्वतःच्या

योगसामर्थ्याच्या आधारावर भेट घेतली. ही भेट कशी शक्य झाली याचे वर्णन नामदेवांनी केले आहे ते असे –

''गोरा जुनाट पै जुने । हाती थापटणे अनुभवाचे ।
परब्रह्म म्हातारा निवाला अंतरी । वैराग्याचे वरी पाल्हाळला ।।''

हा परब्रह्म म्हातारा म्हणजे साक्षात गोरक्षनाथ हे मुक्ताबाईंचे वैराग्य पाहून स्वत:ला प्रकट करते झाले.

**संत ज्ञानेश्वर आणि संत मुक्ताबाई** -ज्ञानेश्वर आणि मुक्ताबाई यांच्यामध्ये गुरुबंधू-भगिनी असे नाते आहे. ज्ञानेश्वरांनी 'मुक्ताबाईस दिलेली सनद' या लहानशा प्रकरणग्रंथामध्ये त्याचे दर्शन घडते. या ग्रंथाचे स्वरूप असे आहे की, येथे मुक्ताबाईंनी ज्ञानेश्वरांना साधनेसंबंधी विविध प्रश्न विचारले आहेत. आणि त्यांची उत्तरे ज्ञानेश्वरांनी दिली आहेत. ज्ञानेश्वरांनी येथे मुक्ताबाईस गुरुप्रणित सोऽहम् साधनेसंबंधी मार्गदर्शन केले आहे. सोऽहम् संबंधी सखोल विवेचन झाल्यावर ज्ञानेश्वर मुक्ताबाईस म्हणतात, ''यापरता नाही उपदेश आता ।।'' ज्ञानेश्वरांना सोऽहम् साधनेसंबंधी जे ज्ञात होते ते सर्व त्यांनी मुक्ताबाईंना सांगितले असावे, असे वरील वाक्यावरून लक्षात येते. ज्ञानेश्वरांनी केलेल्या शंकानिरसनामुळे मुक्ताबाईंचेही समाधान झाले. तो सर्व भाग त्यांनी स्वत: आत्मसात केला, त्यातून त्यांची अवस्था बदलली. त्या उच्चदशेस जाऊन पोहोचल्या. त्यांच्यातील हा बदल ज्ञानेश्वरांच्याही लक्षात आला आणि त्यामुळे त्यांनी मुक्ताबाईंना नि:शंक शब्दामध्ये एक प्रशस्तिपत्रही दिले - ते म्हणाले, ''आठवे समाधिचे अंग आले तुज । आता नाही काज आणिकांसी ।।''

**योगीराज चांगदेव आणि संत मुक्ताबाई** -ज्ञानेश्वरादी भावंडांची थोरवी ऐकून भेटायला आलेल्या योगीराज चांगदेवांना तिन्ही भावंडानी मुक्ताबाईंकडे सोपविले आहे. आणि मग त्यांच्यामध्ये गुरु शिष्य हे नाते निर्माण झाले. आपण मुक्ताबाईचे शिष्य झालो यातील धन्यता चांगदेवांनी पुढील शब्दांत व्यक्त केली आहे-

''चौदा शत झाली बुद्धी माझी गेली । सोय दाखविली मुक्ताईने ।।''

मुक्ताबाई ही आई आणि चांगदेव हे तान्हे बालक अशी कल्पना करून लिहिलेले मुक्ताबाईंचे अंगाईचे अभंग आहेत. चांगदेवासारख्या

योग्याकडे मातेच्या वात्सल्याने पाहू शकणारी मुक्ताबाई यांची योग्यता कोणत्या पातळीची असेल, त्यांचा अधिकारही यातून सूचित होतो. मुक्ताबाई आणि चांगदेव यांच्यातील हृद्य नात्यावर प्रकाश टाकणारे हे अभंग आहेत.

मुक्ताबाईंची समाधी महत्नगर तापीतीर मेहुण (जळगाव जिल्हा) येथे आहे.

**साहित्य :**

१. मुक्ताबाईंनी 'ज्ञानबोध' या ग्रंथाचे लेखन केले आहे असे संशोधनान्ती स्पष्ट होते. ह्या ग्रंथामध्ये संत निवृत्तीनाथ आणि संत मुक्ताबाई ह्यांचा संवाद आलेला आहे. त्या समाधिस्थ होण्याच्या थोडेसे आधी झालेले हे लिखाण असावे, असे त्यातील अंतर्गत संदर्भांवरून लक्षात येते.

२. संत मुक्ताबाईंनी रचलेले ताटीचे एकूण ४२ अभंग प्रसिद्ध आहेत. या अभंगांमध्ये त्यांनी दरवाजा बंद करून बसलेला आपला भाऊ ज्ञानेश्वर याने दरवाज्याची ताटी उघडावी म्हणून विनवणी केली आहे. या लोकारूढ समजुतीला काही प्रतीकात्मक अर्थ आहे.

३. मुक्ताबाईंचे कल्याण-पत्रिका, मनन, हरिपाठ, ताटीचे अभंग हे साहित्य प्रकाशित आहे.

४. त्यांची 'निवृत्तीप्रसादे मुक्ताबाई' ही अभंगरूपी कविता अद्याप अप्रसिद्ध आहे.

# 5

# संत नामदेव

नामदेव दामाजी रेळेकर

जन्म : २६ ऑक्टोबर १२७०

संजीवन समाधी : ३ जुलै १३५०

हे महाराष्ट्रातील वारकरी संतकवी होते. ते मराठी भाषांमधील सर्वाधिक जुन्या काळातील कवींपैकी एक होते. त्यांनी व्रज भाषांमध्येही काव्ये रचली. शिखांच्या गुरू ग्रंथसाहिबातले चरित्रकार, आत्मचरित्रकार आणि 'कीर्तना'च्या माध्यमातून भागवत धर्म पंजाबपर्यंत नेणारे आद्य प्रचारक होते. त्यामुळे पंजाबी मंडळी तसेच संबंधित मंडळी आज त्यांच्या जन्मस्थानाचा, नरसी नामदेव या गावाचा विकास करण्यासाठी धडपडत आहेत. नरसी नामदेव हे गांव महाराष्ट्रातील मराठवाड्यामधील हिंगोली जिल्ह्यातील असून तेथील संत नामदेव महाराज यांच्या मंदिराचा जीर्णोद्धार २०१९ ला झाला.

भक्तशिरोमणी संत नामदेव हे संत ज्ञानेश्वरांच्या कालखंडात होऊन गेले. वारकरी संप्रदायाचे प्रचारक नामदेव महाराज नामवेदाचे व नामविद्येचे आद्य प्रणेते असलेले महाराष्ट्रातील हे एक थोर संत होत. आपल्या कीर्तनकलेमुळे प्रत्यक्ष पांडुरंगाला डोलायला लावणारी अशी त्यांची कीर्ती होती. संत नामदेव प्रत्यक्ष श्रीविठ्ठलाच्या निकटवर्ती असलेला सखा होता, असे मानले जाते. संत नामदेव हे वारकरी संप्रदायाचे महान प्रचारक असून भारतभर त्यांनी त्या बाबतीत भावनिक एकात्मता साधली. भागवत धर्माची पताका पंजाबपर्यंत घेऊन जाण्याचे कार्य त्यांनी स्वकर्तृत्वाने केले.

दामाशेट हे संत नामदेवांचे वडील व गोणाई त्यांची माता होती. दामाशेटींचा व्यवसाय कपडे शिवणे हा होता. म्हणजे ते शिंपी होते. यांच्या अगोदरच्या सातव्या पिढीतील पुरुष यदुशेट हे सात्त्विक प्रवृत्तीचे भगवद्भक्त होते. सध्याच्या हिंगोली जिल्ह्यातील नरसी-बामणी (नरसी नामदेव) हे संत नामदेवांचे जन्म गाव होय. नामदेवांचा जन्म प्रभव नाम संवत्सरात, शके ११९२ (इ.स.१२७०) मध्ये कार्तिक शुद्ध एकादशीस, रोहिणी नक्षत्रास, रविवारी झाला. संत नामदेवांना ८० वर्षांचे आयुष्य लाभले. त्यांचे बालपण हे पंढरपुरात गेले. त्यांनी लहानपणापासूनच श्रीविठ्ठलाची अनन्यसाधारण भक्ती केली.

संत गोरा कुंभार यांच्याकडे, तेरढोकी येथे निवृत्तीनाथ, ज्ञानेश्वर महाराज, सोपानदेव, मुक्ताबाई, संत नामदेव, चोखामेळा, विसोबा खेचर आदी संतांचा मेळा जमला होता. याच प्रसंगी संत ज्ञानेश्वरांच्या विनंतीवरून गोरोबाकाकांनी उपस्थितांच्या आध्यात्मिक तयारीविषयी आपले मतप्रदर्शन केले होते. या प्रसंगानंतरच संत नामदेवांना विसोबा खेचर हे आध्यात्मिक गुरू म्हणून लाभले.

पत्नी राजाई, मोठी बहीण आऊबाई; नारा, विठा, गोंदा, महादा हे त्यांचे चार पुत्र व एक मुलगी लिंबाई असा संत नामदेवांचा परिवार होता. त्यांच्या कुटुंबात एकूण पंधरा माणसे होती. स्वतःला 'नामयाची दासी' असे म्हणणाऱ्या संत जनाबाई या त्यांच्या परिवारातील एक सदस्य होत्या.

संत नामदेवाची अभंगगाथा (सुमारे २५०० अभंग) प्रसिद्ध आहे. त्यांनी शौरसेनी भाषेत काही अभंग रचना (सुमारे १२५ पदे) केली. त्यातील सुमारे बासष्ट अभंग (नामदेवजीकी मुखबानी) शीख पंथाच्या गुरुग्रंथ साहेबमध्ये गुरुमुखी लिपीत घेतलेले आहेत. संत नामदेवांनी आदि, समाधी व तीर्थावळी किंवा तीर्थावली या गाथंतील तीन अध्यायांतून संत ज्ञानेश्वरांचे चरित्र सांगितले आहे.

कीर्तनांत अनेक चांगल्या ग्रंथांचा उल्लेख असे. यावरून ते बहुश्रुत व अभ्यासू असल्याचे लक्षात येते. 'नामदेव कीर्तन करी, पुढे देव नाचे पांडुरंग'- अशी त्यांची योग्यता होती. 'नाचू कीर्तनाचे रंगी, ज्ञानदीप लावू जगी' हे त्यांच्या आयुष्याचे ध्येय होते.

भागवत धर्माचे एक आद्य प्रचारक म्हणून संत नामदेवांनी संत ज्ञानेश्वरांच्या संजीवन समाधीनंतर सुमारे ५० वर्षे भागवतधर्माचा प्रचार केला. प्रतिकूल परिस्थितीमध्ये महाराष्ट्राची भावनिक एकात्मता जपण्याचे अवघड काम त्यांनी केले. पंजाबमधील शीख बांधवांना ते आपले वाटतात. शीख बांधव 'नामदेव बाबा' म्हणून त्यांचे गुणगान गातात. पंजाबातील 'शबदकीर्तन' व महाराष्ट्रातील 'वारकरी कीर्तन' यांत विलक्षण साम्य आहे. घुमान (पंजाब) येथे शीख बांधवांनी त्यांचे मंदिर उभारले आहे. बहोरदास, लद्धिविष्णुस्वामी, केशव कलाधारी हे त्यांचे पंजाबी शिष्य होत. राजस्थानातील शीख बांधवांनीही नामदेवाची

मंदिरे उभारलेली आहेत. `संत शिरोमणी' असे यथार्थ संबोधन त्यांच्याबद्दल वापरले जाते.

भगवद्भक्तांच्या व साधु-संतांच्या चरण धुळीचा स्पर्श व्हावा म्हणून पंढरपूर येथील विठ्ठल मंदिराच्या महाद्वारी 'पायरीचा दगड' होण्यात त्यांनी धन्यता मानली. संत नामदेव हे आषाढ वद्य त्रयोदशी, शके १२७२ मध्ये (शनिवारी, दि. ३ जुलै, १३५० रोजी) पंढरपूर येथे पांडुरंगचरणी विलीन झाले. नक्की दिनांकाविषयी एकवाक्यता दिसून येत नाही. कालनिर्णय या दिनदर्शिकेत पुण्यतिथी दिनांक २४ जुलै असा दिलेला आढळतो. संत नामदेव हे कीर्तने करत करत भारतभर फिरले.

# 6

# संत गोरा कुंभार

गोरा कुंभार

जन्म - इ.स. १२६७

निर्वाण - २० एप्रिल १३१७

हे महाराष्ट्रातील वारकरी संप्रदायातील संत होते. ते नामदेव व ज्ञानेश्वरांचे समकालीन मानले जातात व तज्ज्ञांच्या मते शा. श. ११८९

(इ.स. १२६७) साली त्यांचा जन्म झाला असावा. संत गोरा कुंभार यांनी अनेक अंभग लिहिले आहेत. गोरा कुंभार हे विठ्ठलाचे (पांडुरंग) मोठे भक्त होते. त्यांनी चैत्र कृष्ण त्रयोदशी, शके १२३९ (२०एप्रिल १३१७) रोजी समाधी घेतली. गोरा कुंभार यांना गोरोबा काका म्हणत. त्यांची समाधी समजले जाणारे संत गोरोबा काका मंदिर उस्मानाबाद जिल्ह्यात तेर नावाच्या गावी आहे.

तेर नगरीत गोराबा काका यांच्या घराण्याची परंपरा धार्मिक वृत्तीची व सदाचारी वृत्तीची होती. तेर येथील काळेश्वर या ग्रामदैवतांचे त्यांचे घराणे उपासक होते. दोघे नवराबायको कुंभारकाम व काबाडकष्ट करून आपल्या कुटुंबाचा उदरनिर्वाह करीत होते. सदाचारी, सच्छिल वृत्तीमुळे तेर गावात माधव बुवांना संत म्हणून गावकरी ओळखत होते. माधवबुवांना आठ मुले झाली होती. त्यांना झालेली मुले जगत नव्हती. माधवबुवा धार्मिक व सहिष्णु वृत्तीचे होते. काळेश्वरावर त्यांची निस्सीम श्रद्धा व भक्ती होती. सात मुले एका मागोमाग गेली परंतु आठवा मुलगा गोरोबा जिवंत राहिला. म्हणून माधवबुवांना तो आपल्या श्रद्धेचा, भक्तीचा, महिमा वाटला. यावरून एवढाच तर्क करता येतो किंवा अंदाज बांधता येतो की, अत्यंत प्रतिकूल परिस्थितीत गारोबांचा जन्म झाला आहे.

गोरा कुंभार यांनी रचलेल्या काही अभंगांची पहिली ओळ :

१. अंतरीचे गुज बोलू ऐसे काही वण
२. एकमेकामाजी भाव एकविध
३. कवण स्तुति कवणिया वाचे
४. काया वाचा मन एकविथ करी
५. कासयासी बहू घालसी मळण
६. केशवाच्या भेटी लागलेसे पीस
७. कैसे बोलणे कैसे चालणे
८. जो आवडी निर्गुणाचा संग धरिला
९. जोहरियाचे पुढे ठेवियले रत्ना
१०. देवा तुझा मी कुंभार
११. नामा ऐसे नाम तुझिया स्वरूपा

१२. निर्गुण रूपडे सगुणाचे बुंथी
१३. निर्गुणांचे भेटी आलो सगुणासंगे
१४. ब्रह्म मूर्तिमंत जगी अवतरले
१५. मुकिया साखर चाखाया दिधल
१६. रोहिदासा शिवराईसाठी
१७. वंदावे कवानासी निंदावे कवनासी
१८. श्रवणे नयन जिव्हा शुद्ध करी
१९. सरितेचा ओघ सागरी आटला
२०. स्थूळ होते ते सूक्ष्म पै जहाल

**गोराकुंभार यांची चरित्रे व जीवनकार्यावरील ग्रंथ**

- संत गोरा कुंभार (लेखक - अशोकजी परांजपे)
- श्री विठ्ठलाच्या संत मेळाव्यात श्रीसंत गोरा कुंभार (लेखक - धोंडीराम दौलतराव कुंभार)
- संत गोरा कुंभार (लेखक - निवृत्ती वडगांवकर)
- संत गोरा कुंभार वाङमय दर्शन (लेखक - बाबुराव उपाध्ये)
- गोरा कुंभार (लेखक - प्रा. बाळकृष्ण लळीत)
- संत गोरा कुंभार (लेखक - महादेव कुंभार)
- संत गोरा कुंभार (लेखक - मा.दा. देवकाते)
- श्री गोरा कुंभार चरित्र (लेखक - वीणा र. गोसावी)
- जीवनमुक्त - विलास राजे
- म्हणे गोरा कुंभार (लेखक - वेदकुमार वेदालंकार)
- गोरा कुंभार (लेखक - स. अ. शुक्ल)

# 7

# संत सावतामाळी

जन्म - इ.स १२५०, माढा तालुक्यातील अरण, जि. सोलापूर
निर्वाण - १२९५ अरण, जि. सोलापूर

**कुटुंब :**

सावता माळी हे एक मराठी संतकवी होते सोलापूर जिल्ह्यातील माढा तालुक्यामध्ये अरण हे सावतोबांचे गाव होय. दैवू माळी हे सावता महाराजांचे आजोबा होते, ते पंढरीचे वारकरी होते त्यांना दोन मुले होती

पुरसोबा आणि डोंगरोबा पुरसोबा हे धार्मिक वळणाचे होते. शेतीचा व्यवसाय सांभाळून ते भजन-पूजन करीत असत, पंढरीची वारी करीत असत. त्यांचा विवाहही त्याच पंचक्रोशीतील सदू माळी यांच्या मुलीशी झाला. या दांपत्याच्या पोटी सावतोबांचा जन्म झाला. या घराण्याचे मूळ गाव मिरज संस्थानातले औसे होय. दैवू माळी (आजोबा) अरण या गावी स्थायिक झाले. भेंड हे गाव जवळच दोन मैलांवर आहे.

सावता माळी यांनी भेंड गावचे 'भानवसे रूपमाळी' हे घराणे असलेल्या जनाई नावाच्या मुलीशी लग्न केले. तिने उत्तम संसार केला. त्यांना विठ्ठल व नागाताई अशी दोन अपत्ये झाली. सावता माळी यांनी सेना न्हावी नरहरी सोनार यांच्याप्रमाणेच त्यांनीही आपल्या व्यवसायातील वाक्प्रचार, शब्द अभंगात वापरले आहेत. तत्कालीन मराठी अभंगाच्या भाषेत नव्या शब्दांची, नव्या उपमानांची त्यामुळे भर पडली. सावता माळ्याचे अभंग काशीबा गुरव हा लिहून ठेवत असे.

संत सावता माळी यांच्या बद्दल संत नामदेव म्हणतात -

धन्य ते अरण, रत्नांचीच खाण। जन्मला निधान सावता तो।।<br>
सावता सागर, प्रेमाचा आगर। घेतला अवतार माळ्या घरी।।

**जीवनी :**

'साव' म्हणजे खरे तर शुद्ध चारित्र्य, सज्जनपणा. सावता हा भाववाचक शब्द होय. सभ्यता, सावपणा असा याचा अर्थ होतो. सावता महाराज लहानपणापासून विठ्ठलभक्तीमध्ये रममाण झाले. फुले, फळे, भाज्या आदी पिके काढण्याचा त्यांचा पारंपरिक व्यवसाय होता.

'आमची माळियाची जात, शेत लावू बागाईत' असे ते एका अभंगात म्हणतात.

ऐहिक जीवनात कर्तव्यकर्मे करीत असतानाच काया-वाचे-मने ईश्वरभक्ती करता येते, हा अधिकार सर्वांना आहे. 'न लगे सायास, न पडे संकट, नामे सोपी वाट वैकुंठाची' असा त्यांचा रोकडा अनुभव होता. त्यांनी जनसामान्यांना आत्मोन्नतीचा मार्ग दाखविला. यांना केवळ ४५ वर्षांचे आयुष्य लाभले. धार्मिक प्रबोधनाचे व भक्तिप्रसाराचे कार्य त्यांनी निष्ठेने व्रत म्हणून आचरिले. समरसता आणि अलिप्तता यातील विलक्षण समतोल त्यांच्या व्यक्तिमत्त्वात प्रकर्षाने जाणवतो.

त्यांचे केवळ ३७ अभंग उपलब्ध आहेत. अरण येथे आषाढ वद्य चतुर्दशी, शके १२१७ (दि. १२ जुलै, १२९५) रोजी संत सावता महाराज अनंतात विलीन झाले. आजही पंढरपूरच्या श्री विठ्ठलाची पालखी वर्षातून एकदा खास त्यांना भेटावयास येत असते.

अरण येथे आषाढ वद्य चतुर्दशी, शके १२१७ (दि. १२ जुलै, १२९५) रोजी संत सावता महाराज अनंतात विलीन झाले असे मानले जाते. परंतु या दिनांकाविषयी भेद् आहेत असे कळते. कालनिर्णय दिनदर्शिकेत सावता माळी यांची पुण्यतिथी २५ जुलै अशी दर्शवली आहे.

सावता माळी हे कर्तव्य आणि कर्म करीत राहणे हीच खरी ईश्वारसेवा अशी प्रवृत्तिमार्गी शिकवण देणारे संत आहेत. वारकरी संप्रदायातील एक श्रेष्ठ आणि ज्येष्ठ संत म्हणून त्यांचा लौकिक आहे. श्री विठ्ठल हेच त्यांचे परमदैवत होते. ते कधीही पंढरपूरला गेले नाहीत. प्रत्यक्ष पांडुरंगच त्यांना भेटावयास आले असे बोलले जाते. ते कर्ममार्गी संत होते. 'कर्मे ईशु भजावा' हीच त्यांची वृत्ती होती. पंढरपूरच्या विठ्ठलाची पालखी वर्षातून एकदा खास त्यांना भेटावयास येत असते.

अध्यात्म आणि भक्ती, आत्मबोध आणि लोकसंग्रह, कर्तव्य आणि सदाचार याची बेमालूम सांगड त्यांनी घातली. धर्माचरणातील अंध:श्रद्धा, कर्मठपणा, दांभिकता व बाह्य अवडंबर याबाबत त्यांनी कोणाचीच भीडभाड ठेवली नाही. त्यावर सतत कोरडे ओढले. अन्त:शुद्धी, तत्त्वचिंतन, सदाचार, निर्भयता, नीतिमत्ता, सहिष्णुता इत्यादी गुणांची त्यांनी भलावण केली. ईश्र्वराला प्रसन्न करून घ्यावयाचे असेल तर योग-याग-जप-तप, तीर्थव्रत, व्रतवैकल्ये या साधनांची बिलकूल आवश्यकता नाही. केवळ ईश्र्वराचे अंत:करणपूर्वक चिंतन हवे आहे.

**गाजलेले अभंग :**

आमची माळियाची जात, शेत लावू बागाईत
कांदा मुळा भाजी | अवघी विठाबाई माझी
लसण मिरची कोथंबिरी | अवघा झाला माझा हरि ||

अनासक्त वृत्तीने ईश्र्वरार्पण बुद्धीने केलेला प्रपंचच परमार्थ होतो, हीच त्यांची जीवननिष्ठा होती. त्यांना मोक्ष-मुक्ती नको होती. 'वैकुंठीचा

देव आणू या कीर्तनी' ही त्यांची प्रतिज्ञा होती.

स्वकर्मात व्हावे रत, मोक्ष मिळे हातो हात।

सावत्याने केला मळा। विठ्ठल देखियला डोळा।

या ओळींतून त्यांची जीवननिष्ठाच स्पष्ट होते. त्यांच्या अभंगांत नवरसांपैकी वत्सल, करुण, शांत, दास्य-भक्ती हे रस आढळतात. सावतोबांची अभंगरचना रससिद्ध आहे.

योग-याग तप धर्म । सोपे वर्म नाम घेता।।

तीर्थव्रत दान अष्टांग। याचा पांग आम्हा नको।।

हाच विचार त्यांनी आग्रहाने मांडला. नामसंकीर्तनावर त्यांनी जास्त भर दिला. सर्वसंगपरित्याग करण्याची जरुरी नाही. प्रपंच करता करता ईश्वर भेटतो.

प्रपंची असूनि परमार्थ साधावा।

वाचे आळवावा पांडुरंग मोट, नाडा, विहीर, दोरी।

अवघी व्यापिली पंढरी।।

सावता माळी हे आपल्या दैनंदिन कामकाजात विठ्ठलाचेच रूप पाहात असत. त्यांच्या सासुरवाडीचे लोक एकदा त्यांच्याकडे आले. सावता माळी भजनात रंगून गेले होते. त्यांनी सासुरवाडीच्या लोकांकडे लक्ष दिले नाही. पत्नी संतापली, त्यावेळी त्यांनी आपल्या पत्नीला जो उपदेश केला तो पुढीलप्रमाणे -

प्रपंचीं असूनि परमार्थ साधावा । वाचे आठवावा पांडुरंग ॥

उंच नीच कांही न पाहे सर्वथा । पुराणींच्या कथा पुराणींच ॥

घटका आणि पळ साधीं उतावीळ । वाउगा तो काळ जाऊं नेदी ॥

सावता म्हणे कांते जपें नामावळी । हृदयकमळी पांडुरंग ॥

आपल्या कामात परमेश्वर पाहणारे, काम हाच परमेश्वर अशी दृढ श्रद्धा बाळगणारे आणि स्वतःच्या पत्नीसही अधिकारवाणीने परमार्थाचा उपदेश करणारे सावता माळी त्यांच्या काळात महाराष्ट्राच्या भक्तीच्या मळयाची मनोभावे जपणूक करीत होते.

# 8

# संत एकनाथ

जन्म - इ.स. १५३३

निर्वाण- इ.स. १५९९

सर्वसाधारणपणे नाथ म्हणून ओळखले जाणारे संत एकनाथ. हे महाराष्ट्तील वारकरी संप्रदायातले एक संत होते. त्यांचा जन्म इ.स. १५३३ मध्ये पैठण येथे झाला. संत भानुदास हे एकनाथांचे पणजोबा. ते सूर्याची उपासना करीत. श्री संत एकनाथांच्या वडिलांचे नाव सूर्यनारायण होते. आईचे नाव रुक्मिणी होते. आई-वडिलांचा सहवास त्यांना फार काळ लाभला नाही. एकनाथांचे पालनपोषण आजोबांनी

केले. चक्रपाणी आणि सरस्वती हे त्यांचे आजोबा व आजी होत.

एकनाथांचे गुरू सद्‌गुरू जनार्दनस्वामी हे देवगड (देवगिरी) येथे दरबारी अधिपती होते. हे मुळचे चाळीसगावचे रहिवासी; त्यांचे आडनाव देशपांडे होते. ते दत्तोपासक होते. गुरू म्हणून संत एकनाथांनी त्यांना मनोमन वरले होते. नाथांनी परिश्रम करून गुरुसेवा केली. नाथांनी अनेक तीर्थयात्राही केल्या.

नाथांनी पैठणजवळच्या वैजापूर येथील एका मुलीशी विवाह केला. एकनाथ आणि गिरिजाबाई यांना गोदावरी व गंगा या दोन मुली व हरी नावाचा मुलगा झाला. त्यांचा हा मुलगा हरिपंडित झाला. त्याने नाथांचे शिष्यत्व पत्करले. एकनाथांनी समाधी घेतल्यानंतर हरिपंडितांनी दरवर्षी नाथांच्या पादुका आषाढीवारीसाठी पंढरपुरास नेण्यास सुरूवात केली. कवी मुक्तेश्वर हे नाथांचे मुलीकडून नातू होत.

संत ज्ञानेश्वरांच्या नंतर सुमारे २५० वर्षांनी एकनाथांचा जन्म झाला. 'बये दार उघड' असे म्हणत नाथांनी अभंगरचना, भारूड, जोगवा, गवळणी, गोंधळ यांच्या साहाय्याने जनजागृती केली. एकनाथ हे संतकवी, पंतकवी व तंतकवी होते. त्यांनी आपल्या साहित्याद्‌वारे जनतेचे रंजन व प्रबोधन केले. ते 'एका जनार्दन' म्हणून स्वतःचा उल्लेख करतात, एका जनार्दनी ही त्यांची नाममुद्रा आहे.

'एकनाथी भागवत' हा त्यांचा लोकप्रिय ग्रंथ आहे. ही एकादश स्कंदावरील टीका आहे. मुळात एकूण १३६७ श्लोक आहेत. परंतु त्यावर भाष्य म्हणून १८,८१० ओव्या संत एकनाथांनी लिहिल्या आहेत. व्यासांनी रचलेले मूळ भागवत १२ स्कंदांचे आहे. नाथांनी लिहिलेल्या भावार्थ रामायणाच्या सुमारे ४० हजार ओव्या आहेत. रुक्मिणीस्वयंवर हेही काव्य त्यांनींच लिहिले आहे. दत्ताची आरतीही (त्रिगुणात्मक त्रयमूर्ति दत्त हा जाण) त्यांची आरती गणपतीसमोर गायच्या आरत्यांपैकी एक आहे. सर्वांत महत्त्वाचे म्हणजे एकनाथांनी ज्ञानेश्वरीची प्रत शुद्‌ध केली. नाथ हे महावैष्णव होते. दत्तभक्त होते, देवीभक्त पण होते. जातिभेद दूर करण्यासाठी यांनी आयुष्यभर प्रयत्न केले.

फाल्गुन वद्य षष्ठी, शके १५२१ (२६ फेब्रुवारी इ.स. १५९९) या दिवशी संत एकनाथांनी देह ठेवला. फाल्गुन वद्य हा दिवस एकनाथ षष्ठी म्हणून ओळखला जातो.

**गुरुपरंपरा :**

नारायण (विष्णू)

ब्रह्मदेव

अत्री ऋषी

दत्तात्रेय

जनार्दनस्वामी

एकनाथ

**शिष्यपरंपरा :**

संत एकनाथ महाराजांच्या शिष्य शाखा महाराष्ट्र आणि बाहेरही मोठ्या प्रमाणात पसरलेली आहे. त्यापैकी काही , श्री नारायणगड (बीड), श्री भगवानगड(नगर), श्रीनाथपीठ (अंजनगावसुर्जी), श्री अमृतनाथस्वामी मठ (आळंदी), श्री तुकाविप्र महाराज (पंढरपूर,अंजनवती), श्रीकृष्णदयार्णव महाराज (भारतातील सर्व मठ), श्री गोपालनाथ महाराज

**वंशपरंपरा :**

संत एकनाथांच्या वंशजांची अनेक घरे पैठण आणि बाहेरही आहेत. उपलब्ध माहितीनुसार नाथांच्या नंतर त्यांच्या वंशजांनी त्यांची वारकरी संप्रदायाची आणि दत्त संप्रदायाची धुरा नेटाने चालविली. कीर्तन आणि गायन याद्वारे त्यांनी त्या त्या काळी छाप पाडल्याचे अनेक कागदपत्राद्वारे लक्षात येते. त्यांच्यातील पहिले रामचंद्र (भानुदासबाबा) यांचा उल्लेख ग. ह. खरे यांनी छत्रपती शिवाजी महाराजांच्या ११ गुरूंपैकी एक असा केलेला आहे. छय्याबुवा म्हणून चौथ्या पाचव्या पिढीत एक सत्पुरुष होऊन गेले त्यांच्या संबंधी अनेक कथा सांगितल्या जातात. सहाव्या सातव्या पिढीतील काशिनाथबुवा व रामचंद्रबाबा (२रे) यांचा मोठा प्रभाव भोसले, पेशवे, शिंदे, होळकर, निंबाळकर, गायकवाड, धार देवास आदींवर असल्याचे दिसते. काशिनाथ बुवा यांचा उल्लेख गायक म्हणून येतो तर रामचंद्रबाबा (२रे)

यांचा उल्लेख कीर्तनकार व गायक म्हणून येतो. सद्यपरिस्थितीत योगिराज महाराज गोसावी (योगिराज पैठणकर) यांचे नाव नाथांचे १४ वे वंशज म्हणून संप्रदायात अग्रक्रमाने घेतले जाते.

**कार्य आणि लेखन :**

संत ज्ञानेश्वरांच्या आळंदी येथील समाधिस्थळाचा शोध लावला.

अनुभवानंद

आनंदलहरी

एकनाथी अभंग गाथा

चिरंजीवपद

एकनाथी भागवत : भागवत पुराणातील अकराव्या स्कंधावर ओवीबद्ध मराठी टीका

चतु:श्लोकी भागवत

मुद्राविलास

भावार्थ रामायण (४० हजार ओव्या) हिंदीसह अनेक भाषांत भाषांतरे

रुक्मिणीस्वयंवर

लघुगीता

शुकाष्टक टीका

समाजाच्या जागृतीसाठी अभंग, गवळणी व भारुडे यांची रचना

स्वात्मबोध

संत एकनाथमहाराज कृत हरिपाठ - एकूण २५ अभंग

हस्तमालक टीका

ज्ञानेश्वरीच्या उपलब्ध प्रतींचे शुद्धीकरण (ज्ञानेश्वरी लिहिल्यानंतर जवळजवळ २५० वर्षांनंतर) ज्ञानेश्वरीच्या शुद्धीकरणाचे काम त्यांनी शके १५०६ मध्ये पूर्ण केले.

# 9

# संत तुकाराम

तुकाराम बोल्होबा अंबिले (मोरे)

जन्म- १८ जानेवारी १६०८ देहू, महाराष्ट्र

निर्वाण-१९ मार्च १६५० देहू, महाराष्ट्र

संत तुकाराम हे इ.स.च्या सतराव्या शतकातील एक वारकरी संत - कवी होते. त्यांचा जन्म देहु या गावात वसंत पंचमीला-माघ शुद्ध पंचमीला झाला. पंढरपूरचा विठोबा हे तुकारामांचे आराध्यदैवत होते.

तुकारामांना वारकरी 'जगद्गुरु' म्हणून ओळखतात. वारकरी संप्रदायातल्या प्रवचन व कीर्तनाच्या शेवटी - 'पुंडलीक वरदे हरी विठ्ठल, श्री ज्ञानदेव तुकाराम, पंढरीनाथ महाराज की जय, जगद्गुरु तुकाराम महाराज की जय' असा जयघोष करतात. जगद्गुरु तुकाराम लोककवी होते. 'जे का रंजले गांजले! त्यासी म्हणे जो आपुले तोचि साधू ओळखावा! देव तेथेची जाणावा!' अशा प्रकारचे अभंग संत तुकाराम महाराजांनी जनसामान्यांना सांगून ईश्वर भक्तीचा सुगम मार्ग दाखवला. वारकरी संप्रदायाची अखंड परंपरा त्यांनी निर्माण केली. सतराव्या शतकामध्ये सामाजिक प्रबोधनाचे मुहूर्तमेढ रोवणारे सुधारक संत म्हणून तुकाराम महाराजांचा उल्लेख केला जातो. तुकाराम महाराज वास्तववादी निर्भीड आणि वेळप्रसंगी समाजातील दांभिकपणावर रोखठोक शब्दांमध्ये प्रहार करणारे संत होते. महाराष्ट्राच्या भूमीमध्ये या काळात अनागोंदी निर्माण झालेली होती. अशा काळात संत तुकारामांनी आपल्या साहित्यातून व कीर्तनांतून समाजाला अचूक मार्गदर्शन करण्याचे कार्य केले. तुकाराम महाराज हे साक्षात्कारी व निर्भीड संत कवी होते. वेदान्त तुकोबांच्या अभंगवाणीतून सामान्य जनांपर्यंत प्रवाहित झाला. 'अभंग म्हटला की तो फक्त तुकारामांचाच' एवढी लोकप्रियता त्यांच्या अभंगांना मिळाली. संत तुकारामांची भावकविता म्हणजे अभंग, हे अभंग महाराष्ट्राच्या सांस्कृतिक परंपरेचे महान द्योतक आहेत. वारकरी, ईश्र्वरभक्त, साहित्यिक, अभ्यासक व सामान्य रसिक आजही त्यांच्या अभंगांचा अभ्यास करतात. त्यांचे अभंग खेड्यांतील अशिक्षित लोकांच्याही नित्य पाठांत आहेत.

भागवत धर्माचा कळस होण्याचे महद्भाग्य त्यांना लाभले. महाराष्ट्राच्या हृदयात अभंगरूपाने ते स्थिरावले आहेत. त्यांच्या अभंगांत परतत्त्वाचा स्पर्श आहे. मंत्रांचे पावित्र्य शब्दकळेत पाझरते. त्यांची प्रत्यक्षानुभूती त्यांच्या भावकाव्यात आहे. त्यांच्या काव्यातील गोडवा व भाषेची रसाळता अतुलनीय आहे. संत तुकाराम महाराजांनी आपल्या अभंगलेखनाबरोबरच गवळणीही रचल्या आहेत.

संत तुकारामांच्या अभंगाचा अनेकांनी अनेक अंगानी अभ्यास करून त्यांचे सौंदर्य उलगडण्याचा प्रयत्न केला आहे. महाराजांची गाथा

ही अखंड ज्ञानाचा स्रोत म्हणून जनसामान्यांच्या मुखांमध्ये कायम आहे. गाथा बुडवली म्हणणाऱ्यांना जनसामान्यांच्या तोंडून मुखोद्गत अभंग ऐकून गाथा जिवंत असल्याचा प्रत्यक्ष अनुभव झाला. इंद्रायणी नदीच्या काठावर लाखोंचा जनसमुदाय गाथेतील अभंग म्हणू लागले यावेळी तुकाराम महाराजांना जाणीव झाली की आपले अभंग, आपली गाथा बुडालेली नाही. तर ती जनसामान्यांच्या मुखांमध्ये अखंड जिवंत आहे. आपल्या कार्याची ही खरी यथोचित पावती आहे. खऱ्या अर्थाने संत तुकाराम हे या काळातील लोक संत होते. बहुजन समाजाला जागृत करून देवधर्म यासंबंधी मते लोकांना पटवून देण्यामध्ये ते यशस्वी ठरले. देव धर्मातील अनागोंदी त्याचप्रमाणे भोळ्या समजुती प्रयत्नपूर्वक नष्ट करण्याचा त्यांनी प्रयत्न केला. समाजमनावरील अंधश्रद्धेचा पगडा दूर करून लोकांना नवा धर्म, नवी भाषा देण्याचं काम संत तुकारामांनी केले. संत तुकारामांचे धर्मक्रांतीचे समाज प्रबोधन आजही समाजाला मार्गदर्शक ठरलेले आहे. त्यांचे अभंग मानवी जीवनाला उपकारक ठरले आहेत लौकिक अर्थाने संत तुकाराम हे आठव्या पिढीतील नायक होते. ज्ञानदेवांनी रचलेल्या भक्ती चळवळीला खऱ्या अर्थाने कळसास नेण्याचे काम हे संत तुकारामांनी केलेला आहे.

तुकारामांच्या जन्मवर्षाबद्दल इतिहासकारांमध्ये मतभेद आहेत, त्यातली चार संभाव्य वर्षे इ.स. १५६८, इ.स. १५७७, इ.स. १५९८ आणि इ.स. १६०८ ही आहेत. त्यांचे घराणे मोरे आणि आडनाव अंबिले आहे. त्यांच्या घराण्यातील विश्वंभरबुवा हे मूळ पुरुष महान विठ्ठलभक्त होते. त्यांच्या घरात पंढरीची वारी करण्याची परंपरा होती. तुकारामांचे वडील बोल्होबा व आई कनकाई होत. त्यांना सावजी हा मोठा भाऊ व कान्होबा धाकटा भाऊ होता. मोठा भाऊ सावजी विरक्त वृत्तीचा होता. घराची संपूर्ण जबाबदारी तुकोबांवरच होती. पुण्याचे आप्पाजी गुळवे यांची कन्या जिजाई (आवली) हिच्याशी त्यांचा प्रथम विवाह झाला होता.

तुकोबांना त्यांच्या प्रापंचिक जीवनात विपत्तींचे तडाखे सहन करावे लागले. अनेक प्रापंचिक दु:खे भोगावी लागली. ते १७-१८ वर्षांचे असताना त्यांचे आई-वडील मरण पावले, मोठा भाऊ विरक्तीमुळे

तीर्थाटनाला निघून गेला. भयंकर दुष्काळाचा त्यांना सामना करावा लागला. संतू नावाचा त्यांचा मोठा मुलगा दुष्काळातच गेला, गुरे ढोरेही गेली, महाजनकी बुडाली. मन उदास झाले, संसारात विरक्ती आली. या परिस्थितीत त्यांनी श्रीविठ्ठलावरची आपली परमभक्ती कायम ठेवत देहू गावाजवळील भंडारा डोंगरावर उपासना चालू केली. चिरंतनाचा, शाश्वताचा शोध घेत असताना त्यांना साक्षात्कार झाला.

तुकारामांचा सावकारीचा परंपरागत व्यवसाय होता. परंतु एकदा दुष्काळ पडला असता त्यांनी सर्व कुळांना त्यांच्या सावकारीच्या पाशातून मुक्त केले. जमिनीची गहाणवटीची कागदपत्रे इंद्रायणी नदीत टाकून दिली. पुढे प्रवचने-कीर्तने करताना तुकारामांना अभंगांची रचना स्फुरू लागली. सुदुंबरे गावातील त्यांचा बालपणीचा मित्र संताजी जगनाडे यांनी तुकारामांचे अभंग कागदावर उतरवून घेण्याचे काम केले. देहू गावातीला मंबाजी नामक बुवाने तुकारामांना खूप त्रास दिला. परंतु तुकारामांच्या पत्नी आवलीने मंबाजींना बदडण्याचा प्रयत्न केल्यावर मंबाजी पळून गेला. पण नंतर तुकारामांचा आध्यात्मिक अधिकार ओळखून त्यानेही त्यांचे शिष्यत्व पत्करले.

पुण्याजवळील वाघोली गावातील रामेश्वर भट यांनी तुकारामांना संस्कृत भाषेतील वेदांचा अर्थ प्राकृत भाषेत सांगितल्यावरून त्यांना त्यांच्या अभंगांच्या गाथा इंद्रायणी नदीत बुडवून टाकण्याची शिक्षा दिली.

फाल्गुन वद्य द्वितीयेला तुकारामांचे निर्वाण झाले, हा दिवस 'तुकाराम बीज' म्हणून ओळखला जातो. तुकाराम महाराज हे संसारी असून सुद्धा त्यांनी आयुष्य परमार्थाकडे वळवले. सर्व समाज श्रीमंत असावा अशी त्यांची धारणा होती. गरिबांविषयी त्यांना कळवळा होता. त्यांचे अंतःकरण महासागरासारखे होते माणुसकीची त्यांना जाणीव होती. ते व्यापारी होते. त्यांनी स्वतःच्या वाट्याला जे आले ते त्यांनी लोकांना दिले. कर्जदारांची कर्ज माफ करणारा हा जगातील पहिला संत होय. जगामध्ये समता नांदावी अशी त्यांची मनोभूमिका होती. संसारातील विरक्तीचा ते महामेरू होते. महात्मा गौतम बुद्धाने जसे राजऐश्वर्याचा त्याग केला. तसा संत तुकाराम यांनी संसारातील

सुखदुःखाचा त्याग केला. जगाचा संसार सुरळीत चालविण्यासाठी त्यांनी अभंगांद्वारे मानवाला व एकूणच तत्कालीन समाजाला मार्गदर्शन केले.. त्यांचे मार्गदर्शन समाजाच्या दृष्टीने मौलिक ठरले.

समाजातील काही विकृत विकारांच्या लोकांनी संत तुकारामांना वेडा ठरविण्याचा प्रयत्न केला. अनेक कट कारस्थाने रचली, त्यांतून तुकाराम सहीसलामत सुटले.

संत तुकारामांना चार मुले होती. कन्या भागीरथी व काशी तर मुलगे नारायण आणि महादेव. यापैकी दोन आजाराने मरण पावले. पहिली बायको गेल्यानंतर त्यांनी पुण्यातील आप्पाजी गुळवे यांची कन्या नवलाई ऊर्फ जिजाऊ हिच्याबरोबर त्यांनी दुसरा विवाह केला. ती स्वभावाने खाष्ट होती परंतु सती सावित्रीसारखी पतिव्रता होती. संत तुकारामांचा संसार तिने नीट सांभाळला, त्यांची विरक्ती सांभाळली. संत तुकाराम महाराज भंडारा डोंगरावर आत्मचिंतनासाठी तेरा दिवस बसले. ईश्वराची करुणा भाकत चिंतन केले, त्यावेळी त्यांची सर्व देखभाल जिजाऊने केली. संत तुकारामांनी स्वतःचा संसार सुखाचा करण्यापेक्षा जगाच्या कल्याणासाठी कीर्तनातून अभंगवाणी रचली, लौकिकार्थाने मायाजालात गुंतले नाहीत. देहूला संत तुकाराम महाराज जेथून वैकुंठाला गेले, त्या स्थानावर नांदुरकीचे एक झाड आहे. संत तुकाराम महाराज हे देहू या गावी जन्मले. संत तुकाराम महाराजांना "जगदगुरू" असे संबोधले जाते. जगदगुरु तुकाराम महाराज हे सदैव "हरिनामात" गढलेले असायचे. होळी नंतर लगेच दुसऱ्या दिवशी "तुकाराम बीज" हा दिवस येतो. याच दिवशी जगदगुरु तुकाराम महाराज हे नांदुरकी वृक्षाच्या छायेखाली ध्यानस्त बसून वैकुंठधामाला गेले. वैकुंठधाम म्हणजे साक्षात "श्री हरि भगवान विष्णू" यांचे धाम. जगदगुरू तुकाराम महाराज यांच्या नावातच "राम" आहे. छत्रपती शिवाजी महाराज यांच्यासारख्या एक युगप्रर्वतक महापुरुषाने तुकाराम महाराज यांचे आशीर्वाद घेऊन आपल्या कार्याला सुरूवात केली होती. यामुळे तुकाराम महाराजांना "जगदगुरु" असे संबोधले जाते.

संत बहिणाबाई शिवुर ता.वैजापूर ही तुकारामांची शिष्या. तुकारामांनी बहिणाबाईला बौद्धांच्या 'वज्रसूची' या ग्रंथाचे मराठी

भाषांतर करायला सांगितले होते.

संत तुकाराम गाथा म्हणजे बहुजनांची गीता आहे. महाराष्ट्राच्या पावन भूमीत गेली चारशे वर्ष मुक्तीची ज्ञानगंगा या गाथेच्या रूपाने वाहत आहे. ज्ञानोबा, तुकाराम म्हणजे महाराष्ट्राची संस्कृतिक विद्यापीठे आहेत. त्यांचे साहित्य म्हणजे आध्यात्मिक ज्ञानाचा आधारवड आहे. अभंग आणि ओवी हे तळागाळातील समाजात ठाण मांडून बसलेले आहेत. महाराष्ट्राच्या संस्कृतीचे जीवनाची बाग बहरली. ती ज्ञानोबा-तुकारामांच्या या अभंगाची भाषा सरळ आणि सोपी आहे. मुखामध्ये रुळणाऱ्या, कानामध्ये गुंज घालणारे शब्द आहेत.

ज्ञानेश्वरानंतर जनार्दन स्वामी, एकनाथ महाराज, नामदेव आणि त्यानंतर संत तुकाराम यांनी भागवत धर्माची पताका सर्वत्र फडकवली. भागवत धर्माचा कळस म्हणजे संत तुकाराम, त्यांनी बहुजन समाजामध्ये पसरलेली धर्म कर्मकांडाची जळमटे आपल्या कीर्तनातून पुसून टाकली. अभंगवाणी महाराष्ट्राच्या दऱ्याखोऱ्यांमध्ये वसली. अभंगवाणीतून सत्यधर्माची शिकवण जगाला संत तुकाराम यांनी दिली. सामाजिक परिवर्तनाची वादळ सर्वत्र पसरले. या वादळाला थोपविण्यासाठी सनातनी धर्ममार्तंडांनी कल्लोळ केला, कटकारस्थाने रचली अशा अनेक संकटातून नव्हे तर अग्निदिव्यातून जात असताना अभंग सतत गर्जत राहिला. जाती-धर्माची उतरंड त्यांनी मोडून काढली. गुलामगिरीची चौकट मोडली. बहुजन समाजामध्ये स्वाभिमान निर्माण केला.

संत तुकाराम हे अभंग वाणी कीर्तनाच्या माध्यमातून राष्ट्र धर्माची शिकवण देणारे या काळातील महत्त्वाचे संत ठरले. संत तुकाराम यांनी बहुजन समाजाला जागृत करून देव आणि धर्म यासंबंधी ठोस मते पटवून देण्याचा प्रयत्न केला. देवभोळेपणा धर्मातील चुकीच्या समजुती त्यांनी प्रयत्नपूर्वक दूर सारण्याचा प्रयत्न केला. तत्कालीन धर्ममार्तंडांनी त्यांना खूप विरोध केला विरोधक नमले परंतु अभंग, अभंग राहिले संत तुकारामांचे धर्मक्रांतीचे समाज प्रबोधन आजही मार्गदर्शनपर ठरलेले आहे. त्यांची वंशावळ पाहिली तर त्यांच्या घराण्यात वारकरी संप्रदायाची परंपरा अखंड दिसते. त्यांच्या

घराण्यातील मूळ पुरुष विश्वंभर त्यांची पत्नी रमाबाई हरी आणि मुकुंद अशी त्यांची दोन मुले ही दोन मुले लढाईत मारली गेली. तत्कालीन रूढीप्रमाणे मुकुंदाची पत्नी सती गेली. हरीची पत्नी गरोदर असल्याने सती गेली नाही. हरीला विठोबा नावाचा मुलगा झाला. विठोबाचा दाजी व दाजीचा शंकर, शंकरचा कान्होबा, कान्होबाचा बोल्होबा आणि बोल्होबाचा संत तुकाराम असा हा वंश आहे. संत तुकारामांचे उपनाव मोरे असे होते. वंशपरंपरेने घरी वाण्याच्या दुकानाचा व्यवसाय होता. सावकारी होती. पुण्यापासून पंधरा ते वीस किलोमीटर अंतरावर इंद्रायणी नदीकाठी देहू गाव वसले आहे. संत तुकाराम यांचे मूळ पुरुष विश्वंभर यांनी गावांमध्ये विठोबाचे देऊळ बांधलेले होते. घराण्यात वारकरी संप्रदाय अखंड चालत आलेला होता. असा उल्लेख महिपतीकृत संत तुकाराम चरित्रात सापडतो. संत तुकाराम यांच्या घराण्यात आठ पिढ्या सावकारी होती, ते महाजन होते. घरात श्रीमंती नांदत होती. कोणत्याही गोष्टीची कमी नव्हती घरी नोकर-चाकर यांची मांदियाळी होती, असे असूनसुद्‍धा संत तुकाराम या गोष्टींपासून विरक्तच राहिले. संसार असूनसुद्‍धा त्यांनी आयुष्य परमार्थासाठी वाहिले.

# 10

# संत नरहरी सोनार

जन्म - श्रावण शुद्ध/शुक्ल त्रयोदशी इ.स १३१३ (शके १११५, पंढरपूर)
निर्वाण - माघ कृष्ण तृतीयेला पुण्यतिथी (हरिऐक्य दिन)

संत नरहरी सोनार वारकरी संप्रदायातील प्रथम शैव उपासक होते. रामचंद्र-कृष्णदास-हरिप्रसाद-मुकुंदराज-मुरारी-अच्युत आणि नरहरी नारायण अशी त्यांची वंशपरंपरा सांगण्यात येते. त्यांचा जन्म श्रावण शुक्ल १३ ला इ.स.११९३ शके १११५ च्या आसपास पंढरपूर येथे झाला.

परधावी नाम संवत्सरे शके अकराशे पंधरा । प्रात:काळी जन्मला नरहरी ।।

श्रावण मास शुक्लपक्ष त्रयोदशी । नक्षत्र अनुराधा बुधवारी ।।

संत नरहरी सोनार यांची जयंती श्रावण शुद्ध/शुक्ल त्रयोदशी या दिवशी, आणि पुण्यतिथी माघ वद्य तृतीयेला असते. नरहरींच्या पत्नीचे नाव गंगा व मुलांची नावे नारायण अशी होती. त्यांचे वडील श्री अच्युतराव व आईचे नाव सावित्री बाई असे होते. त्यांना नाईक, पोतदार (हे उपनाम दक्षिण भारतात पत्तार या शब्दापासुन झाले म्हणून विश्वकर्मीय सोनारांना ही उपाधी आहे, पुर्वी सोनार समाजात पोटशाखा नव्हत्या. समाज व्यापारासाठी इतरत्र गेला तेव्हा काल देश परत्वे खानपान, राहणी बदलली. ब्राह्मण - पांचाळ व दैवज्ञ, क्षत्रीय - लाड व आयर/ अहिर, वैश्य - वैश्य, लिंगायत, बंजारा, सोनी व इतर असे वर्ण व्यवस्था झाली त्या अगोदर संपुर्ण समाज विश्वकर्मा ब्राह्मण समाजच होता. सगळे एकच असून नंतर भेद निर्माण झाला.), सोनार अस्या उपाध्या प्राप्त होत्या म्हणून महामुनी ऐवजी सोनार नावाने ओळखले जातात. (संत नामदेव महाराज, संत चांगदेव व मालू कवींनी आरती व अभंगात याचा उल्लेख केला आहे तो तपासून घ्यावा. मालूतारण ची मुळप्रत उपलब्ध नसून संस्कारीत प्रत आहे त्यातील बदललेला मजकुर तपासावा)

**महाराजांच्या शिव-भक्ती विषयी थोडक्यात:**

नरहरी सोनार पोतदार पंढरीचा । काया वाचा मने शिवभक्त ।।

आडनाव महामुनी मुळ मेहत्रे वतन । मिरासी दुकान महाद्वारी ।।

विविध अठरापगड जाती जमातीच्या संतांनी एकत्र येऊन वारकरी संप्रदाय वाढविण्याचा प्रयत्न केला आहे. यात पंढरपूरमधील संत नरहरी सोनार यांनी आपल्या भक्तीचा ठसा महाराष्ट्रभर उमटविला होता. संत नरहरी सोनार यांचा व्यवसाय दागिने बनवण्याचा होता. त्यांची कलाकुसर त्यावेळेस चांगली प्रसिद्ध होती. त्यांनी आपल्या कलेच्या जोरावर पंढरपुरात व्यवसायाचा चांगला जम बसविला होता. संत नरहरी सोनार हे एक प्रसिद्ध शिवभक्त होते. त्यांच्या घरात शिवभक्ती परंपरेने चालत आली होती. त्यांच्या या भक्तीची चर्चा पंढरपुरामध्ये मोठ्या प्रमाणावर होती. रोज सकाळी उठल्यावर ते शिव-आराधना करीत असे. रोज पहाटे जोतिर्लिंगावर ते बेलपत्र वाहीत. ते कट्टर

शिवभक्त असल्याने दुसऱ्या देवावर त्यांची फारशी श्रद्धा नव्हती, यामुळे काही जणांना त्यांच्या या वृत्तीचा राग येत असे. ते कालांतराने विठ्ठलाच्या भक्तीमध्ये बुडून गेले व पांडुरंगला म्हणाले,

देवा तुझा मी सोनार । तुझे नामाचा व्यवहार ।।

नरहरी महाराजांचा जन्मच हरि-हराचा वाद मिटविण्यासाठी झाला. नरहरी महाराजांच्या घराण्याचे मूळ पुरुष रामचंद्र सदाशिव सोनार (महामुनी) होते असे असे म्हटले आहे. संत नरहरी सोनार यांचे मुळ आडनावं महामुनी, गोत्र सनातन, शाखा यजुर्वेद विश्वब्राम्हण असून त्यांची समाधीची पूजा अर्चना त्यांचे वंशज महामुनी यांचे तर्फे केली जाते. (नरहरी सोनारांचे पंढरपुरात एवढेच वंशज म्हणून सांगणारे आहेत. जर त्यांचे आडनाव दुसरे काही असते तर वंशज ही सापडले असते)

संत नरहरी सोनार हे वडिलोपार्जित सुवर्णकाम करीत असल्याने त्यांचे आडनाव पुढे सोनार असे झाले. त्यांचे वंशज मुळचे पैठण चे, देवगिरीवर नाईक पद मिळाले. पंढरपुरला दरोडेखोरापासुन बचावासाठी रामचंद्र हे आले होते. मुरारी यांनी काशीला जाऊन राज सन्मान मिळवला. तिथे मुरारी घाट ही आहे. (अलीकडच्या काळात ८४ घाट आहेत पुर्वी यांची संख्या २३ होती. त्यातील आजचा लाली घाट हाच पुर्वी मुरारी घाट होता)

**समाधी :** त्याकाळी समाधीचा खुप मोठा उत्सव साजरा करण्यात आला.

१) पार्थिव संवत्सरे शके बाराशते । तयावरी सप्ते वर्षे झाली ।।१।।
रुक्मादेवीवर नाम विठ्ठलराणा । नरहरी दुकाना काम करी ।।२।।
शुद्धमास पौर्णिमेचा पाडवा । आठवले केशवा दुःख मोठे ।।३।।
२) हाहाःकार झाला दानवीमानवी । ऋषी वृंदापाही देवादीकी ।।१।।
नरहरी बैसला हरिकटी स्थानी । पाहता लोचनी संतकाळी ।।२।।
खुणाखुण व्यक्त खुणाचे ते व्यक्त । ते संत भावीक एकसरा ।।३।।
नामा म्हणे तेव्हा होतो मी जवळी । नरहरी वनमाळी एक झाला ।।४।।

**संत नरहरी यांच्यावर आधारीत चित्रपट :**

१. नरहरी सोनार यांच्या जीवनावर कटिबंध नावाचा मराठी चित्रपट आहे.

२. नरहरी-नरहरी

३. संत नरहरि सोनार

**संत नरहरी यांच्यावर लिहिलेली पुस्तके :**

१. संत नरहरी सोनार -(बाळकृष्णशास्त्री क्षीरसागर, इस.१९०१)

२. संत नरहरी सोनार महाराजांचे चरीत्र - (श्री पालकर, कराड)

३. संत नरहरी सोनार - सौ मंगल सिन्नरकर

४. संत नरहरी सोनार - प्रा काटकर, नाशिक

५. "भक्तीआर्णव - संत नरहरी महाराज", संपुर्ण अभंग गाथा, स्तोत्रे, संत नामदेव महाराज कृत समाधी प्रकरण व आरती - ( श्री आशिषानंदजी धारूरकर)

६. श्री संत नरहरी सोनार चरित्र (लेखक - प्रा.बाळकृष्ण लळीत)

७. संत नरहरी सोनार (डॉ. मनोहर रोकडे)

८. संत शिरोमणि 'श्री नरहरि सोनार' (एक जीवन परिचय) - श्री राजु साह

**पुण्यतिथी :**

माघ कृष्ण तृतीयेला श्री संत नरहरी महाराज पुण्यतिथी महोत्सव होतो. सर्व शाखीय सुवर्णकार समाज भक्ती भावाने पुजन व उत्सव साजरा करतो. संपुर्ण भारतभर व विदेशात सर्व संप्रदायात (हरिऐक्य दिन) साजरा केला जातो.

तृतीया आचरता घडे पितृतिथी । पितर ते येती भोजनासी ।।
ऐसे बोलोनीया रुक्मादेवीवर । निरोप साचार सर्वा वदे ।।

**अभंग :**

नरहरी सोनारांच्या नावावर ६३ अभंग उपलब्ध आहेत. 'सवंगडे निवृत्ती सोपान मुक्ताई', 'शिव आणि विष्णू एकचि प्रतिमा', माझे प्रेम तुझे पायी', आणि देवा तुझा मी सोनार | तुझे नामाचा व्यवहार' हे अभंग विशेष प्रसिद्ध आहेत.

# 11

# संत चोखामेळा

चोखोबा

जन्म : अज्ञात

निर्वाण - इ.स. १३३८

हे यादव काळातील नामदेवांच्या संतमेळ्यातील वारकरी संतकवी होते. चोखोबांचा जन्म विदर्भातील बुलढाणा जिल्ह्यात देऊळगाव राजा तालुक्यातील मेहुणा किंवा मेहुणपुरी या गावी झाला. संत चोखामेळांचे

कुटुंब हे जातीने महार होते. (चोखोबांचा जन्म पंढरपूरला झाल्याचे संत महिपती सांगतात.) चोखोबा मूळ वऱ्हाडातील आहेत असेही म्हटले जाते. त्यांची पत्नी सोयरा, बहीण निर्मळा, मेहुणा बंका व मुलगा कर्ममेळा हे सर्व प्रपंचाचे काबाडकष्ट उपसत असतानाच नित्यनेमाने व भक्तिभावाने पांडुरंगाचे नामस्मरण व गुणसंकीर्तन करीत होते.

संत चोखोबा हे एक, संत ज्ञानेश्वरांच्या प्रभावळीतले संत होते. संत नामदेव हे त्यांचे गुरू होत. तत्कालीन सामाजिक विषमतेमुळे चोखोबा होरपळून निघाले. ते शूद्र-अतिशूद्र, गावगाडा, समाज जीवन, भौतिक व्यवहार, उच्चनीचता व वर्णव्यवस्था यांच्या विळख्यात अडकले.

संत चोखामेळा हे प्रापंचिक गृहस्थ. ते उदरनिर्वाहासाठी मोलमजुरी करत, पण ते विठ्ठलाच्या नामात सतत दंग असत. गावगाड्यातील शिवाशिवीच्या वातावरणात त्यांचा श्वास कोंडला जात होता. दैन्य, दारिद्र्या, वैफल्य यांमुळे ते लौकिक जीवनात अस्वस्थ होते. परंतु प्रत्यक्ष परमेश्वराने त्यांना जवळ केले, त्यांना संतसंग लाभला. त्यांना मंदिरांत प्रवेश नव्हता. श्रीविठ्ठलाला त्यांना इतरांप्रमाणे उराउरी भेटावे असे खूप वाटत होते. परंतु ते सावळे, गोजिरे रूप महाद्वारातूनच पाहावे लागे, ही खंत त्यांच्या मनात होती.

चंद्रभागा नदीच्या वाळवंटात आध्यात्मिक लोकशाही संत ज्ञानदेवांमुळे १३ व्या शतकात उदयाला आली. म्हणून संत चोखोबा म्हणतात, 'खटनट यावे, शुद्ध होऊनी जावे। दवंडी पिटीभावे डोळा।।'... असा पुकारा करून त्यांनी वारकरी संप्रदायातील अध्यात्मनिष्ठ, अभेद भक्तीचे लोण आपल्या उपेक्षित बांधवांपर्यंत नेऊन पोहोचवले. आत्मविकासाची संधी तत्कालीन समाजरचनेतील अगदी तळातील लोकांनाही मिळावी असे ज्ञानेश्वरादी सर्वच संतांना प्रांजळपणे वाटत होते. त्याच वेळी संत चोखोबांनी भक्तिमार्गाचा संदेश आपल्या अभंगांतून समाजबांधवांना दिला. संस्कारसंपन्न, संवेदनक्षम संत चोखोबांचे भावविश्व अनुभवण्याचा प्रयत्न केला असता, एक मूक आक्रंदनाचा अनुभव येतो.

१४ व्या शतकात संत चोखोबा मातीखाली गाडले गेले. आज त्यांच्या समाज बांधवानी बौद्ध धर्म स्वीकारला आहे. त्यामुळे संत चोखोबांच्या

अभंगांचे पारायण कोणीही करत नव्हते. अशा परिस्थितीत वारकरी साहित्य परिषदेने संत चोखोबांच्या अभंग गाथा पारायणास मंगळवेढा जि.सोलापूर येथे सन २०१३ मध्ये थाटामाटाने सुरुवात केली.

**चोखोबांबद्दल संत बंका, संत नामदेव आणि संत तुकाराम यांची वचने :**

संत बंका (चोखोबांचे मेव्हणे), संत नामदेव आणि संत तुकाराम यांनी त्यांच्या रचनांमध्ये संत चोखोबांबद्दल आपले भाव व्यक्त केले आहेत –

चोखा चोखट निर्मळ। तया अंगी नाही मळ।।
चोखा प्रेमाचा सागर। चोखा भक्तीचा आगर।।
चोखा प्रेमाची माउली। चोखा कृपेची साऊली।।
चोखा मनाचे मोहन। बंका घाली लोटांगण।।
(-संत बंका)

चोखा माझा जीव चोखा माझा भाव। कुलधर्म देव चोखा माझा।।
काय त्याची भक्ति काय त्याची शक्ति। मोहो आलो व्यक्ति तयासाठी।।
माझ्या चोखियाचे करिती जे ध्यान। तया कधी विघ्न पडो नदी।।
नामदेवे अस्थि आणिल्या पारखोनी। घेत चक्रपाणी पितांबर।।
(-संत नामदेव)

तुका म्हणे तुम्ही विचारांचे ग्रंथ। तारिले पतित तेणे किती।।
(-संत तुकाराम)

खुद्द तुकोबाराय ज्यांच्याबद्दल असे म्हणतात ते पतितांना तारणारे व उपेक्षितांची कैफियत देवापुढे तळमळीने मांडणारे संत म्हणजे चोखा मेळा होय.

**अभंग :**

चंदनाच्या संगे बोरिया बाभळी
हेकळी टाकळी चंदनाची||१||

संतांचिया संगें अभाविक जन
तयाच्या दर्शनें तेचि होती||२||

चोखा म्हणे ऐसा परमार्थ साधावा
नाहीं तरी भार वाहावा खरा ऐसा||३||

# 12

# संत चांगदेव

जन्म : अज्ञात

समाधी - सन १३०५ (शके १२२७)

चांगदेव हे महाराष्ट्रातील नाथपंथी कवी आणि संत होते. चांगदेव हे योगमार्गातील अधिकारी पुरुष होते. योगसामर्थ्याने ते चौदाशे वर्षे जगले अशी मान्यता आहे. यांच्या गुरूचे नाव वटेश्वर म्हणून यांना चांगावटेश्वर असेही म्हणतात. काहींच्या मते वटेश्वर म्हणजे चांगदेवांच्या अंतरंगात प्रकाशणारे ईश्वराचे रूप. तापी-पूर्णा नदीच्या तीरावर चांगदेव या गावाजवळच्या वनात डोळे बंद करून तपश्चर्या करीतच हे योगी झाले होते. त्यांच्या चांगल्या रूपावरून लोक त्यांना चांगदेव म्हणू लागले.

एकदा त्यांच्या कानावर संत ज्ञानेश्वराची कीर्ती पडली तेव्हा त्यांना ज्ञानेश्वरांच्या भेटीची उत्कंठा लागली, भेटण्यापूर्वी पत्र पाठवावे असा विचार करून त्यांनी पत्र लिहिण्यास घेतले पण मायना काय लिहावा या संभ्रमातून त्यांनी कोरेच पत्र पाठविले. योगी असूनही चांगदेवांमध्ये आत्मज्ञानाची आणि गुरुकृपेची कमतरता आहे असे निवृत्तीनाथांच्या लक्षात आले. त्यांनी ज्ञानेश्वरांना पत्राचे उत्तर लिहिण्यास सांगितले. त्याप्रमाणे ज्ञानेश्वरांनी जे उत्तर लिहिले ते चांगदेव पासष्टी या नावाने प्रसिद्ध झाले. त्यानंतर चांगदेव, निवृत्तीनाथ, ज्ञानेश्वर, मुक्ताबाई व सोपान यांची भेट झाली. पुढे चांगदेवांनी मुक्ताबाईंना गुरू मानले. सन १३०५ (शके १२२७) मध्ये चांगदेवांनी समाधी घेतली. (या तारखेबद्दल अनेक मतभेद आहेत.)

**चांगदेवांसंबंधी पुस्तके :**

चांगदेव (चरित्र, लेखक ज.र. आजगावकर)

• योगी चांगदेवाचा तत्त्वसार (लेख - विनायकराव कळमळकर)

• चांगदेव वटेश्वरकृत तत्त्वसाराची समाप्ति-तिथी (लेख - स.ल. कात्रे)

• शामजी गोसावी मरुद्गणकृत चांगदेव चरित्र (संपादक वि.ल. भावे

• रा.चिं. ढेरे, बा.ना. मुंडी, पांडुरंगशर्मा, द.ग. काळे, गो.का. चांदोरकर आदींचे संशोधनलेख

**चांगदेवांनी केलेले लेखन :**

• ज्ञानदेव गाथेतील ७७ अभंग

• तत्त्वसार हा ग्रंथ (४०४ ओव्या)

• मुद्रित स्वरूपात न आलेली काही स्फुट पदे, अभंग आणि ओव्या, वगैरे

**मंदिर :**

चांगदेव महाराजांचे मंदिर : गाव - चांगदेव, [[मुक्ताईनगर तालुका|], जळगाव जिल्हा

चांगदेव महाराज समाधी मंदिर - गोदावरी नदी किनारी,पुणतांबा, राहता, अहमदनगर

# 13

# संत कबीर

कबीरदास

जन्म - इ.स. १४४० / १४५५

निर्वाण - इ.स. १५५१

कबीरदास उत्तर भारतातील एक सुप्रसिद्ध संत म्हणून ओळखले जातात. त्यांची प्रमुख भाषा सधुक्कडी होती. परंतू त्यांच्या कवितांमध्ये हिंदी भाषेच्या सर्व मुख्य बोल्यांची झलक दिसते.

**संत कबीर यांचे बालपण व प्रारंभिक जीवनः**

संत कबीर यांचा जन्म केव्हा व कुठे झाला याविषयी इतिहासकारांमध्ये अनेक मतभेद आहेत. परंतु एका प्रचलित कथेनुसार संत कबीर यांचा जन्म इसवी सन १४४० मध्ये एका गरीब व विधवा ब्राह्मणीच्या घरी झाला. या ब्राह्मणीला ऋषी रामानंद स्वामी यांनी चुकून गर्भवती होण्याचे वरदान दिले असे सांगितले जाते. विधवा ब्राह्मणी ने लोकलाजेच्या भीतीने नवजात बालकाला उत्तर प्रदेशातील वाराणसी पासून तीन किलोमीटर दूर लहरताल तलावाजवळ सोडून दिले. सांगितले जाते की यांनतर नीरू नावाच्या एका विणकराला बालक कबीर दिसले. नीरू हा मुस्लिम धर्माचा व्यक्ती होता. त्याने कबीर यांना आपल्या घरी नेले. यांनतर नीरु व त्याची पत्नी नीमा यांनी कबीर यांचे पालनपोषण केले.

**संत कबीर यांचे शिक्षण :**

संत कबीर यांच्या शिक्षणाबद्दल सांगितले जाते की त्यांना आभ्यासात आवड नव्हती. आई वडील गरीब असल्याने मदरसामध्ये जाऊन शिक्षण प्राप्त करणेही कठीण होते. त्यांचा पूर्ण दिवस अन्नाच्या शोधत जात असे. यामुळेच ते कधीही पुस्तकी शिक्षण प्राप्त करू शकले नाही.

काही इतिहासकारांनुसार असेही म्हटले जाते की संत कबीर यांचे शिक्षक रामानंद स्वामी होते. सुरुवातीला रामानंद स्वामी त्यांना आपला शिष्य म्हणून स्वीकारायला तयार नव्हते. परंतु नंतर एका घटनेमुळे संत रामानंद स्वामींना कबीर यांना शिष्य म्हणून स्वीकारावेच लागले, एकदा संत कबीर तलावाच्या पायऱ्यांवर झोपून रामा रामा या मंत्राचा जाप करीत होते. रामानंद सकाळच्या वेळी आंघोळीला जात होते. त्यांनी तलावात उतरण्यासाठी पाऊल ठेवले व त्यांच्या पायाखाली कबीर आले. रामानंद यांना त्यांच्या चुकीचा अनुभव झाला आणि त्यांनी कबीरांना आपले शिष्य म्हणून स्वीकारले.

**संत कबीर यांचा धर्म:**

कबीर यांच्या एका दोह्या नुसार जीवन जगण्याची योग्य पद्धत हाच त्यांचा धर्म आहे. ते धर्माने न हिंदू होते न मुस्लिम. संत कबीर धार्मिक रीतींचे निंदक होते.

समाजात धर्माच्या नावावर सुरू असणाऱ्या कुप्रथांचा त्यांनी विरोध केला. संत कबीरांचा जन्म शीख धर्म उदयाच्या काळात झाला होता. त्यामुळे शीख धर्मातही त्यांच्या विचारांचा प्रभाव दिसतो.

**संत कबीर यांचे कार्य:**

कबीर यांनी खूप सारे लिखाण कार्य केले. कबीर यांनी लिहिलेले कविता व गीत अनेक भाषांमध्ये उपलब्ध आहेत. ते नाथ परंपरा, सुफी परंपरा इत्यादी मिश्रित अध्यात्मिक स्वभावाचे संत होते. त्यांनी उत्तर भारतात मोठ्या प्रमाणात भक्ती आंदोलन चालवले. कबीरांनी लोकांचे डोळे उघडून त्यांना मानवता, नैतिकता व अध्यात्मिकतेचा धडा शिकवला. ते अहिंसेचे अनुयायी व प्रचारक होते.

**दोहावली / कबीर दोह्यांचा संग्रह:**

१. उपदेश का अंग

२. कथनी-करणी का अंग

३. कबीर की साखियाँ

४. कबीर के पद

५. करम गति टारै नाहिं टरी

६. कामी का अंग

७. केहि समुझावौ सब जग अन्धा

८. कौन ठगवा नगरिया लूटल हो

९. गुरुदेव का अंग

१० घूँघट के पट

११. चांणक का

१२. अंग

१३. चितावणी का अंग

१४. जर्णा का अंग

१५. जीवन-मृतक का अंग

१६. झीनी झीनी बीनी चदरिया
१७. तूने रात गँवायी सोय के दिवस गँवाया खाय के
१८. तेरा मेरा मनुवां
१९. दिवाने मन, भजन बिना दुख पैहौ
२०. नीति के दोहे
२२. नैया पड़ी मंझधार गुरु बिन कैसे लागे पार
२३. पतिव्रता का अंग!
२४. बहुरि नहिं आवना या देस
२५. बघत गये दिन भजन बिना रे
२६. बेसास का अंग
२७.भजो रे भैया राम गोविंद हरी
२८. भेष का अंग
२९. भ्रम-बिधोंसवा का अंग
३०. मधि का अंग
३१. मन का अंग
३२. मन लाग्यो मेरो यार फ़कीरी में
३३. माया का अंग
३४. मोको कहां
३५. रस का अंग
३६. राम बिनु तन को ताप न जाई
३७. रे दिल गाफिल गफलत मत कर
३८. विरह का अंग
३९. संगति का अंग
४०. सम्रथाई का अंग
४१. सांच का अंग
४२. साध का अंग
४३. साध-असाध का अंग
४४. सुमिरण का अंग
४५. सूरातन का अंग
४६. हमन है इश्क मस्ताना

# 14

# संत रामदास

नारायण सूर्याजीपंत ठोसर

जन्म - २४ मार्च १६०८, चैत्र शु. ९ शके १५३०

निर्वाण - १६८२ माघ वद्य नवमी 'दासनवमी'

१६०८ साली रामनवमीच्या दिवशी समर्थ रामदासांचा जन्म जालना जिल्ह्यातील जांब या गावी झाला. सूर्याजीपंत आणि राणूबाई हे त्यांचे आईवडील. गंगाधर नावाचा त्यांना एक मोठा भाऊ होता. समर्थांचे मूळ नाव नारायण. बालपणापासून नारायण विरक्त आणि आध्यात्मिक गुणांचा होता. एकदा लपून बसला असतांना काही केल्या सापडेना, शेवटी फडताळात आईने शोधल्यावर सापडला. आईनी विचारलं काय करीत होतास त्यावर नारायणाने "आई, चिंता करितो विश्वाची" असं उत्तर दिलं.

आईला वाटायचं की लग्न करून दिल्यावर त्याचं मन संसारात रमेल, वयाच्या १२ व्या वर्षी नारायणाच्या लग्नाचा घाट घालण्यात आला, बोहल्यावर असतांना ब्राम्हणाच्या तोंडून "सावधान" हा शब्द ऐकताच ते बोहल्यावरून पळून गेले. नाशिकच्या पंचवटी भागात त्यांनी वास्तव्य केलं, कुणी ओळखू नये म्हणून रामदास (समर्थ) हे नाव धारण केले. आपल्या उद्‌धव या शिष्याकरता येथे त्यांनी गोमयाची (शेण) मारुतीची मूर्ती तयार करून हनुमान जयंतीच्या दिवशी त्या मूर्तीची स्थापना केली.

आज देखील नाशिक येथील टाकळी भागात समर्थांनी स्थापिलेल्या या मूर्तीचे दर्शन आपल्याला घडते. मारुती ही शक्तीची आणि बुद्‌धीची देवता असून तिची उपासना केली जावी असा समर्थांचा त्यामागचा उद्‌देश होता. या ठिकाणी गोदावरीच्या पात्रात "श्रीराम जयराम जय जय राम" या नामाचा १३ कोटी जप समर्थांनी पूर्ण केला. गायत्री मंत्राचा जप, रोज १२०० सूर्यनमस्कार करून समर्थांच्या शारीरिक आणि मानसिक शक्तीचा विकास झाला. दररोज पाच घरी भिक्षा मागून समर्थ त्याचा नैवेद्‌य रामाला दाखवीत, त्यातील काही भाग पशु-पक्ष्यांना देऊन उरलेले अन्न स्वतः ग्रहण करीत असत.

एकदा समर्थांना खीर खायची तीव्र इच्छा झाली. ती खाल्ल्यानंतर समर्थांना आपल्या जिभेच्या चोचल्यांची अत्यंत घृणा वाटली आणि खाण्याच्या वासनेला जिंकण्यासाठी त्यांनी उलटी करून पुन्हा ती भक्षण केली. समर्थांनी आपल्या वासनेवर अश्या तऱ्हेने अंकुश मिळविला. समर्थ रामदासांनी १२ वर्ष कठोर उपासनेत व्यतीत केली. वयाच्या २४

व्या वर्षी त्यांना आत्मसाक्षात्कार झाल्याचे म्हंटले जाते. कठोर तपश्चर्येनंतर समर्थ रामदासांनी १२ वर्ष भारत भ्रमण केलं.

अवघा हिंदुस्तान ते फिरले, संपूर्ण भारताचे आणि तेथील लोकस्थितीचे निरीक्षण केले. या भारतभ्रमणादरम्यान ते हिमालयात गेले. त्याठिकाणी आपल्या देहाबद्दलची त्यांची आसक्ती नाहीशी झाली. त्यांना आत्मसाक्षात्कार झाला. भारत भ्रमण करत असतांना समर्थ रामदास स्वामी आणि शिखांचे सहावे गुरु हरगोविंद यांची भेट झाली. समर्थांनी त्यांच्या समवेत अमृतसर येथील सुवर्ण मंदिरात दोन महिने वास्तव्य केलं.

भारत भ्रमणाच्या अखेरीस समर्थ ३६ व्या वर्षी महाराष्ट्रात परतले. पैठणला ते एकनाथांच्या वाड्यात उतरले. त्याठिकाणी संत एकनाथ आणि त्यांच्या पत्नीने देह ठेवला होता. एकनाथांची पत्नी समर्थ रामदास स्वामींची मावशी होती, पण समर्थांनी कुणाला ओळख दिली नाही. आपल्या जांब गावातील घडामोडी त्यांना समजल्या, गावातून निघाल्यानंतर त्यांचा कुणाशीच संपर्क नव्हता. आई अंध झाल्याचे समजल्यामुळे ते जांब येथे गेले आईला भेटले.

छत्रपती शिवाजी महाराज हे समर्थ रामदास स्वामींचे शिष्य होते. स्वराज्याचे रक्षण करण्यासाठी समर्थांनी शिवाजी महाराजांना मार्गदर्शन केल्याचे पुरावे आढळतात. महाराजांनी समर्थांना काही गावे इनाम म्हणून देखील लिहून दिल्याचे पुरावे आहेत.

महाराष्ट्र भूमीत संत तुकारामांच्या समकालीन समर्थ रामदासांनी अज्ञान कुकर्म-कुविचार-कुसंग यांचा अंतकरण-मन-बुद्धी-चित्त यावरचा पगडा झुगारून रंजल्या गांजल्यांना जवळ करण्याचे, त्यांना धीर देण्याचे, त्यांचा कमकुवत झालेला आत्मविश्वास उभा करण्याचे कार्य निष्काम भूमिकेतून अखंडपणे केले त्यांच्या या परिश्रमामुळे आज सत्कर्म-सद्विचार- सुख-समाधान घरोघरी नांदत आहे.

हा नामघोष करीत मनुष्याच्या अंतकरणात सद्विचारांची बीजं पेरणारे समर्थ रामदास त्यांच्या दासबोध आणि मनाचे श्लोक या आणि इतर ग्रंथ रूपांनी या जगात निरंतर वास करीत आहेत. देह त्यागण्यापूर्वी त्यांनी तसे आपल्या शिष्यांना सांगितले देखील होते की मी माझ्या ग्रंथ

रूपाने या भूतलावर निरंतर वास करून राहील.

आज प्रत्येक घरात गणेशाची आराधना करतांना "सुखकर्ता दुःखहर्ता वार्ता विघ्नाची" ही आरती म्हंटली जाते. ही रचना समर्थ रामदासांचीच आहे. आपण म्हणत असलेल्या कित्येक आरत्या (आरतीची शेवटची ओळ लक्षात घेतली तर) या समर्थांनीच रचल्याचे आपल्या लक्षात येईल. समर्थांचे "मनाचे श्लोक" हे मनुष्याच्या मनाला उद्‌देशून केले असून त्याचा सूक्ष्म विचार केल्यास मनुष्य स्वतःला अंतर्बाह्य बदलू शकतो.

नको रे मना द्रव्य ते पूढिलांचे
अति स्वार्थबुद्‌धी न रे पाप सांचे
घडे भोगणे पाप ते कर्म खोटे
न होता मनासारिखे दुःख मोठे

**समर्थांनी ११ मारुतींची स्थापना केली:**

१. दास मारुती, चाफळ
२. वीर मारुती, चाफळ
३. खडीचा मारुती, शिंगणवाडी चाफळ
४. प्रताप मारुती, माजगाव चाफळ
५. उंब्रज मारुती, कराड
६. शहापूर मारुती, उंब्रज
७. मसूर मारुती, कराड
८. बहेबोरगाव मारुती, सांगली
९. शिराळा मारुती, बत्तीस शिराळा सांगली
१०. मनपाडळे मारुती, कोल्हापूर
११. पारगांव मारुती, कोल्हापूर

**समर्थांच्या हातून स्थापन झालेले मठ येथे आहेत:**

१. जांब
२. चाफळ
३. सज्जनगड
४. डोमगांव
५. शिरगांव

६. कन्हेरी
७. दादेगांव

**समर्थ रामदास स्वामी यांचा मृत्यु:**

समर्थांनी सज्जनगडावर देह ठेवण्यापूर्वी पंधरा दिवस आधी आपल्या शिष्यांना पूर्वकल्पना दिली होती. माघ वद्य नवमीला समर्थ रामदास स्वामींनी तीनदा मोठ्याने रामनामाचा उच्चार केला आणि देह ठेवला. तेंव्हापासून माघ वद्य नवमी 'दासनवमी' म्हणून ओळखली जाते. समर्थांच्या अंत्यसंस्कारास मोठ्या प्रमाणात जनसागर उसळला होता.

या समयी स्वतः छत्रपती संभाजी महाराज देखील जातीने हजर होते. समर्थांची समाधी आणि त्यावर राम-सीता आणि लक्ष्मणाच्या मूर्तींची स्थापना असे मंदिर संभाजी महाराजांनी बांधलेले आहे. समर्थ रामदास स्वामींची समाधी आज देखील सज्जनगडावर असून त्यांच्या संजीवन समाधीची प्रचीती भाविकांना आज देखील येत असते.

**समर्थांच्या समाधीवरील श्लोक:**

१. सह्याद्री गिरीचा विभाग विलसे मांदार शृंगापरी
२. नामे सज्जन जो नृपे वसविला श्रीउरशीचे तीरी
३. साकेताधीपती कपि भगवती हे देव ज्याचे शिरी
४. तेथे जागृत रामदास विलसे जो या जना उद्धरी

# 15

# राष्ट्रसंत तुकडोजी

माणिक बंडोजी इंगळे

जन्म - ३० एप्रिल, १९०९ यावली, जि. अमरावती

निर्वाण - ११ ऑक्टोबर, १९६८ मोझरी, जि. अमरावती

यांना राष्ट्रसंत म्हणून ओळखले जाते. अंधश्रद्धा निर्मूलन व जातिभेदाच्या निर्मूलनासाठी त्यांनी भजनांचा आणि कीर्तनाचा प्रभावीपणे वापर केला. आत्मसंयमनाचे विचार त्यांनी ग्रामगीता या काव्यातून मांडले. त्यांनी मराठी व हिंदी भाषांमध्ये काव्यरचना केली आहे. तुकडोजी महाराजांनी इ.स. १९३५ मध्ये मोझरी येथे गुरुकुंज आश्रमाची स्थापना केली. खंजिरी भजन हा प्रकार त्यांच्या प्रबोधनाचे वैशिष्ट्य होते.

तुकडोजी महाराज हे आधुनिक काळातील महान संत होते. आडकोजी महाराज हे त्यांचे गुरू. त्यांनी त्यांचे मूळचे माणिक हे नाव त्यांचे गुरू आडकोजी महाराज यांनी बदलून तुकडोजी असे केले. विदर्भात त्यांचा विशेष संचार असला तरी महाराष्ट्राभरच नव्हे तर देशभर हिंडून ते आध्यात्मिक, सामाजिक व राष्ट्रीय एकात्मतेचे प्रबोधन करीत होते. एवढेच नव्हे तर जपानसारख्या देशात जाऊन त्यांनी सर्वांना विश्वबंधुत्वाचा संदेश दिला. सन १९४२ च्या भारत छोडो आंदोलनादरम्यान काही काळ त्यांना अटक झाली होती. "आते है नाथ हमारे" हे त्यांनी रचलेले पद या काळात स्वातंत्र्यलढ्यासाठी स्फूर्तिगान ठरले होते.

भारत हा खेड्यांचा देश आहे, हे लक्षात घेऊन ग्रामविकास झाला की राष्ट्राचा विकास होईल, अशी तुकडोजी महाराजांची श्रद्धा व विचारसरणी होती. समाजातल्या सर्व घटकांतील लोकांचा उद्धार कसा होईल, याविषयी त्यांनी अहर्निश चिंता केली. ग्रामोन्नती व ग्रामकल्याण हा त्यांच्या विचारसरणीचा जणू केंद्रबिंदूच होता. भारतातील खेड्यांच्या स्थितीची त्यांना पुरेपूर कल्पना होती. त्यामुळे त्यांनी ग्रामविकासाच्या विविध समस्यांचा मूलभूतस्वरूपी विचार केला व त्या समस्या कशा सोडवाव्यात, याविषयी उपाययोजनाही सुचविली. या उपाययोजना त्यांच्या काळाला तर उपकारक ठरल्याच पण त्यानंतरच्या काळालाही उचित ठरल्या. हे आज (त्यांनी आपली जीवनयात्रा संपल्यानंतरच्या काळातही) तीव्रतेने जाणवते. अशा गोष्टींतूनच राष्ट्रसंतांचे द्रष्टेपण दिसून येते.

अमरावतीजवळ मोझरीच्या गुरुकुंज आश्रमाची स्थापना हे तुकडोजींच्या आयुष्यातील जसे लक्षणीय कार्य आहे, त्याचप्रमाणे ग्रामगीतेचे लेखन हाही त्यांच्या जीवनकार्यातील अत्यंत महत्त्वाचा टप्पा आहे. ग्रामगीता ही जणू तुकडोजी महाराजांच्या वाङ्मयसेवेची पूर्तीच होय. स्वतःला ते तुकड्यादास म्हणत कारण भजन म्हणताना ते जी भिक्षा घेत, त्यावरच आपण बालपणी जीवन कंठिले, ह्याची त्यांना जाणीव होती.

खेडेगाव स्वयंपूर्ण कसे होईल, याविषयीची जी उपाययोजना तुकडोजी महाराजांनी सुचविली होती, ती अतिशय परिणामकारक ठरली. ग्राम हे सुशिक्षित व्हावे, सुसंस्कृत व्हावे, ग्रामोद्योग संपन्न व्हावेत, गावानेच देशाच्या गरजा भागवाव्यात, ग्रामोद्योगांना प्रोत्साहन मिळ्वे, प्रचारकांच्या रूपाने गावाला नेतृत्व मिळावे, असा त्यांचा प्रयत्नत होता. त्याचे प्रतिबिंब ग्रामगीतेत उमटले आहे. देवभोळेपणा, जुनाट कालबाह्य अंधश्रद्धा नाहीशा व्हाव्यात, याविषयी त्यांनी अविरत प्रयत्न केले.

सर्वधर्मसमभाव हेही या राष्ट्रसंताच्या विचारविश्वाचे एक वैशिष्ट्य होते. त्यासाठी तुकडोजी महाराजांनी सामुदायिक/सर्वधर्मीय प्रार्थनेचा आग्रहपूर्वक पुरस्कार केला.

तुकडोजी महाराज हे विवेकनिष्ठ जीवनदृष्टीतून एकेश्वरवादाचा पुरस्कार करत असत. धर्मातील अनावश्यक कर्मकांडाला त्यांनी फाटा दिला होता. आयुष्याच्या शेवटापर्यंत त्यांनी आपल्या प्रभावी खंजिरी भजनाच्या माध्यमातून त्यांना अभिप्रेत असलेल्या विचारसरणीचा प्रचार करून आध्यात्मिक, सामाजिक, राष्ट्रीय प्रबोधन केले. स्वातंत्र्याच्या चळवळीत भाग घेतला म्हणून त्यांना कारावासही भोगावा लागला. अखिल भारतीय पातळीवर त्यांनी साधुसंघटनेची स्थापना केली. गुरुकुंज आश्रमाच्या शाखोपशाखा स्थापन करून त्यांनी शिस्तबद्ध सामाजिक कार्यकर्त्यांची एक फळीच निर्माण केली. गुरुकुंजाशी संबंधित असलेले हे सर्व निष्ठावंत कार्यकर्ते आजही त्यांचे हे कार्य अखंडव्रतासारखे चालवीत आहेत.

महिलोन्नती हाही तुकडोजी महाराजांच्या विचारविश्वाचा एक लक्षणीय पैलू होता. कुटुंबव्यवस्था, समाजव्यवस्था, राष्ट्रव्यवस्था ही स्त्रीवर कशी अवलंबून असते, हे त्यांनी आपल्या कीर्तनांद्वारे समाजाला पटवून दिले. त्यामुळे स्त्रीला अज्ञानात व दास्यात ठेवणे कसे अन्यायकारक आहे, हे त्यांनी अत्यंत प्रभावीपणे पटवून दिले.

देशातले तरुण हे राष्ट्राचे भावी आधारस्तंभ. ते बलोपासक असावेत म्हणजे ते समाजाचे व राष्ट्राचे संरक्षण करू शकतील. ते नीतिमान व सुसंस्कृतयुक्त कसे होतील, याविषयीचे उपदेशपर व मार्गदर्शनपर लेखन तुकडोजींनी केले. या राष्ट्रसंताने आपल्या लेखनातून व्यसनाधीनतेचा तीव्र निषेध केला.

ऐहिक व पारलौकिक यांचा सुंदर समन्वय तुकडोजी महाराजांच्या साहित्यात झाला आहे. त्यांनी मराठीप्रमाणेच हिंदी भाषेतही विपुल लेखन केले. आजही त्यांचे हे साहित्य आपल्याला मार्गदर्शन करीत आहे, यावरून त्यांच्या साहित्यात अक्षर वाङमयाची मूल्ये कशी दडली आहेत, याची सहज कल्पना येईल. राष्ट्रपतिभवनात झालेले त्यांचे खंजिरी भजन ऐकून राष्ट्रपती राजेंद्रप्रसाद यांनी तुकडोजी महाराजांना राष्ट्रसंत म्हणून संबोधिले होते.

राष्ट्रसंत तुकडोजी महाराजांच्या विचारांच्या प्रसिद्धीचे काम अखिल भारतीय श्री गुरुदेव सेवा मंडळाद्वारे केले जाते. तुकडोजी महाराज यांच्या नावाने (१) तुकडोजी महाराज साहित्य संमेलन आणि (२) तुकडोजी महाराज विचार साहित्य संमेलन अशी दोन संमेलने भरतात. नागपूर विद्यापीठाला 'तुकडोजी महाराज विद्यापीठ' असे नाव दिले आहे.

**कार्य :** अंधश्रद्धा निर्मूलन, जातिभेद निर्मूलन

**साहित्यरचना :**

ग्रामगीता

अनुभव सागर भजनावली

सेवास्वधर्म

राष्ट्रीय भजनावली

लहरकी बरखा

**यांच्यावर लिहिली गेलेली पुस्तके :**

• आठवणी (सचित्र) : राष्ट्रसंत जन्मशताब्दीच्या (गंगाधर श्रीखंडे)

• डंका तुकडोजींचा (राजाराम कानतोडे)

• राष्ट्रसंत तुकडोजी (बालसाहित्य, लेखक - प्रा. राजेंद्र मुंढे)

• राष्ट्रसंत तुकडोजी महाराज (चरित्र, लेखक - डॉ. भास्कर गिरधारी)

• राष्ट्रसंत तुकडोजी महाराज मौलिक विचार (संकलन - लेखक - प्रा. राजेंद्र मुंढे)

•राष्ट्रसंताची अमृतधारा : भाग १, २, ३ (तुकडोजी महाराज)

**ग्रामगीता या ग्रंथात तुकडोजी महाराज म्हणतात :**

संत देहाने भिन्न असती। परि ध्येय धोरणाने अभिन्न स्थिती।
साधने जरी नाना दिसती। तरी सिद्धान्तमति सारखी।।

# 16

# संत दासगणू

गणेश दत्तात्रेय सहस्रबुद्धे ऊर्फ दासगणू महाराज

जन्म - ६ जानेवारी १८६८, उमरी

निर्वाण - २५ नोव्हेंबर १९६२, पंढरपूर

हे मराठी संत, कवी व कीर्तनकार होते.

**जीवन :**

दास गणू महाराज यांनी मोठ्या प्रमाणात केलेल्या संत चरित्रलेखनामुळे त्यांना 'आधुनिक महाराष्ट्राचे महीपती' म्हणून ओळखतात. महाराज पोलीसखात्यात नोकरीला होते, तरी त्यांच्या ओढा मात्र परमार्थाकडेच होता. यादरम्यानच त्यांच्यावर त्या काळचा कुख्यात गुंड कान्हा भिल्ल याला पकडण्याची जबाबदारी सोपविण्यात आली. जेव्हा त्या गुंडाला ही बातमी कळाली, तेव्हा त्याने महाराजांना जीवे मारण्याचे ठरविले पण महाराज यातून सहीसलामत सुटले. तेव्हापासून त्यांची अशी धारणा झाली की देवानेच आपल्याला वाचविले. मग त्यांनी संपूर्ण जीवन देवाच्या चरणी अर्पण करण्याचे ठरविले. १९६२ मध्ये दासगणू महाराजांनी पंढरपूर येथे देह ठेवला.

**साईभक्ती :**

दासगणू महाराज साईबाबा यांचे परमभक्त होते. साईबाबांच्या स्फूर्तीनेच त्यांनी ओवीबद्ध रचना करण्यास सुरुवात केली. त्यांच्या अभंगस्वरूप लेखनात साईबाबांचा उल्लेख सतत येतो. 'गणू म्हणे' ही त्यांची नाममुद्रा. ते साईबाबांनाचा ब्रह्मा-विष्णू-महेशांच्या रूपात पाहत. दासगणू महाराज हेच साईबाबा संस्थानचे पहिले अध्यक्ष होते.

**लेखन :**

दासगणू महाराजांच्या प्रमुख रचना -

• श्री आऊबाई चरित्र

• ईशावास्य भावार्थ बोधिनी

• श्री गजानन विजय : या ग्रंथामधे श्री.गजाननमहाराजांचे चरित्र दासगणू महाराज यांनी लिहून ठेवले आहे. हा ग्रंथही महाराष्ट्रात खूप लोकप्रिय आहे.

• गोदामाहात्म्य : ब्रह्मपुराणातील गौतमीमाहात्म्यावर आधारलेला, गोदावरी नदीचे व तिच्या तीरावरील तीर्थक्षेत्रांचे माहात्म्य वर्णन करणारा एकतीस अध्यायांचा पद्य ग्रंथ. श्री दासगणू महाराज प्रतिष्ठान, गोरटे ह्यांनी शके १९१९ मध्ये प्रकाशित केला आहे.

• भक्त लीलामृत

• भक्तिसारामृत,

• भाव दीपिका

• शंकराचार्य चरित्र
• शिर्डी माझे पंढरपुर (साईबाबांची आरती)
• संत कथामृत
• साई स्तवनमंजिरी

दासगणू महाराजांची अनेक चरित्रे लिहिली गेली आहेत. त्यांपैकी काही –

• दास गणू महाराज (डॉ. यू.म. पठाण)
• श्रीदासगणू महाराज (लेखक - रमेश सहस्रबुद्धे)
• संतकवी दासगणू महाराज चरित्र (लेखिका - मुग्धा दिवाडकर)
• संतकवी दासगणू महाराज चरित्र आणि काव्यवचन (लेखक - स्वामी वरदानंद भारती ऊर्फ प्राचार्य अनंत दामोदर आठवले उर्फ आप्पा)
• सन्मार्ग दीपक/श्रीदासगणू महाराज यांचे चरित्र (वसुधा देशपांडे)

# 17

# संत जनाबाई

जन्म - अंदाजे इ.स. १२५८

निर्वाण - श्री क्षेत्र पंढरपूर, आषाढ कृष्ण त्रयोदशी शके १२७२ (इ.स. १३५०)

जनाबाई या संत नामदेवांच्या समकालीन वारकरी संत-कवयित्री होत्या.

**बालपण :**

परभणी जिल्ह्यातील गोदावरीच्या तीरावरील गंगाखेड हे जनाबाईंचे गाव होय. त्यांच्या वडिलांनी जनाबाईला नामदेवांचे वडील दामाशेट शिंपी यांच्याकडे नोकरीसाठी पाठवले. तेव्हापासून त्या संत नामदेव यांच्या कुटुंबीयांतील एक घटक बनल्या. त्या स्वतःला नामयाची दासी म्हणवून घेत असत.

**आयुष्य :**

संत नामदेवांच्या सहवासात जनाबाईंनीही विठ्ठलाच्या भक्तीचा ध्यास घेतला होता. 'दळिता कांडिता तुज गाईन अनंता' असे त्या म्हणत असत. संत नामदेव हेच त्यांचे पारमार्थिक गुरू होते. श्री संत ज्ञानदेव-विसोबा खेचर-संत नामदेव-संत जनाबाई अशी त्यांची गुरुपरंपरा आहे. संत ज्ञानदेवांच्या प्रभावळीतील सर्व संतांना त्यांनी प्रत्यक्ष पाहिलेले आहे.

'विठू माझा लेकुरवाळा, संगे गोपाळांचा मेळा।।' हा प्रसिद्ध अभंग जनाबाईंचाच आहे. त्यांना संत नामदेवांमुळे सतत संत-संग घडला होता. संत ज्ञानदेवांविषयीही त्यांचा भक्तिभाव अनन्यसाधारण होता. 'परलोकीचे तारू। म्हणे माझा ज्ञानेश्वरु।' असे त्यांनी ज्ञानेश्वरांविषयी म्हटले आहे. गवऱ्या-शेण्या वेचताना, घरातील इतर कामे करत असताना त्या सतत देवाचे नामस्मरण करत असत.

संत जनाबाईंच्या नावावर असलेले एकूण सुमारे ३५० अभंग सकल संत गाथा या ग्रंथात मुद्रित झाले आहेत. त्यांचे अभंग कृष्णजन्म, थाळीपाक, प्रल्हादचरित्र, बालक्रीडा या विषयांवर आहेत. हरिश्चंद्राख्यान नामक आख्यानरचनापण त्यांच्या नावावर आहे. संत जनाबाईंच्या थाळीपाक व द्रौपदी स्वयंवर या विषयांवरील अभंगांनी महाकवी मुक्तेश्वरांना (संत एकनाथांचे नातू) स्फूर्ति मिळाली होती.

संत जनाबाईंची भावकविता ही भगवंताच्या प्रेमाने ओतप्रेत भरलेली आहे. पूर्ण निष्काम होऊन लौकिक, ऐहिक भावना विसरून त्या विठ्ठलाला शरण गेलेल्या आहेत. आत्मज्ञानाचा साक्षात्कार

घडण्यापूर्वीच त्या निर्विकार झाल्या आहेत. संत जनाबाईंच्या जीवनातील अनंत अनुभूती त्यांनी त्यांच्या रचनांतून रेखाटल्या आहेत. संत नामदेवांवरील भक्ति-प्रेमभाव, संत ज्ञानदेवांविषयी असलेला उत्कट भाव, संत चोखोबांच्या भावसामर्थ्याचे अनुसरण, तसेच विठ्ठलाविषयीचा भक्तिभाव त्यांच्या काव्यात ओतप्रोत भरलेला दिसून येतो. वेळप्रसंगी देवाशी भांडायला पण त्या कमी करत नाहीत. 'वात्सल्य, कोमल ॠजुता, सहनशीलता, त्यागी वृत्ती, समर्पण वृत्ती, स्त्री विषयीच्या भावना संत जनाबाईंच्या काव्यात प्रकर्षाने दिसून येतात,' असे ज्येष्ठ अभ्यासक रा. चिं. ढेरे हे जनाबाईच्या काव्याचे रसग्रहण करताना म्हणतात. तत्कालीन संत ज्ञानदेव, संत नामदेव, संत सोपान, संत गोरा कुंभार, संत चोखा मेळा, संत सेना महाराज आदि सत्पुरुषांच्या जीवनाचा, सद्‌गुणांचा आढावा घेणारी पद्‌यरचना करून संत जनाबाईंनी पुढील पिढ्‌यांवर एकप्रकारे उपकारच करून ठेवले आहेत. त्यांची भाषा सर्वसामान्य माणसांच्या हृदयाला जाऊन भिडते. संत जनाबाईंचे बरेचसे अभंग नामदेव गाथेमध्ये आहेत. संत जनाबाई श्री क्षेत्र पंढरपूर येथे महाद्‌वारी, आषाढ कृष्ण त्रयोदशी शके १२७२ या दिवशी समाधिस्थ होऊन पांडुरंगात विलीन झाल्या. (इ.स. १३५०)

**जनाबाईंवरील पुस्तके/व्हीडिओ/चित्रपट :**

ओंकाराची रेख जना - (चरित्रवजा कादंबरी; लेखिका - मंजुश्री गोखले)

संत जनाबाई - (लेखन - संत जनाबाई शिक्षण संस्था)

संत जनाबाई - (डॉ. सुहासिनी यशवंत इर्लेकर)

संत जनाबाई चरित्र - (बालसाहित्य; लेखक - प्रा. बाळकृष्ण लळीत)

संत जनाबाई जीवन चरित्र - (व्हीडिओ; दिग्विजय बाबर)

संत जनाबाई - (मराठी/हिंदी चित्रपट; लेखन, दिगदर्शन - राजू फुलकर)

संत जनाबाई (मराठी/हिंदी चित्रपट (१९४९); दिग्दर्शक - गोविंद बी. घाणेकर)

संत जनाबाई अभंग गाथा (संपादक - नितीन सावंत)

संत जनाबाई - अभंग संग्रह १

संत जनाबाई - अभंग संग्रह २

# 18

# संत कान्होपात्रा

जन्म - इ.स. १५ वे शतक, मंगळवेढा

निर्वाण - इ.स. १५ वे शतक, पंढरपुर

संत कान्होपात्रा ह्या वारकरी संप्रदायातील १५ व्या शतकातील एक प्रमुख संत कवयित्री होऊन गेल्या. कान्होपात्रा यांचे अभंग त्यांच्या रचना आजही आपणास ऐकावयास मिळतात. संत कान्होपात्रा ही एका गणिकेची मुलगी होती. ती लहानपणापासूनच भक्तिरसात रमली होती. कान्होपात्रा दिसायला अतिशय सुंदर होती. तिने आपल्या आईचा व्यवसायाचा स्वीकार केला नाही. तिने विठ्ठल भक्तिमार्गाने आपले जीवन मंगलमय केले.

**जन्म :**

संत कान्होपात्रा यांचा जन्म पंधराव्या शतकात पंढरपूर जवळ असलेले मंगळवेढा या गावी एका गणिकेच्या पोटी झाला. तिच्या आईचे नाव शामा होते. शामा हे नाच-गाणं करणाऱ्या स्त्रियांमधील एक स्त्री होती. अप्रतिम लावण्य आणि गोड गळा यामुळे कान्होपात्रेने आपल्या प्रमाणे व्यवसाय करून श्रीमंत आणि धनवान मंडळींना खुश ठेवावे अशी तिच्या आईची इच्छा होती परंतु ते तिला मान्य नव्हते.

**बालपण :**

कान्होपात्रा ही लहानपणापासूनच विठ्ठलाच्या भक्तीत रमली होती. तिला विठ्ठल भक्तीची ओढ लागली होती. पूर्व पुण्याईमुळे कान्होपात्राला हे विठ्ठल भक्तीचे वैभव प्राप्त झाले असावे. कान्होपात्रा गावातील वारकऱ्यांच्या समवेत पंढरपूरला जात असे. त्यामुळे आईचा व्यवसाय पुढे न्यावा असा विचार तिच्या मनात कधीही आला नाही. वारीमध्ये गेल्यानंतर कान्होपात्रेला सत्संग लाभला. प्रत्यक्ष ज्ञानेश्वर माऊलींची भेट झाली आणि त्यांचा सहवास लाभला. या संत संगतीमुळे ती पूर्ण बदलली आणि तिच्या आयुष्यात सुद्धा आमूलाग्र बदल घडला. सतत हरी नामात दंग राहणे आणि किर्तन करणे या तिच्या अत्यंत आवडीच्या गोष्टी झाल्या.

योगिया माझी मुगुट मनी |
त्रिंबक पहावा नयनी ||
माझी पुरवावी वासना |
तू तो उद्धारच राणा ||

करुनिया गंगा स्नान |
घ्यावे ब्रह्मगिरीचे दर्शन ||
कान्होपात्रा म्हणे पंढरीराव |
विठ्ठलचरणी मागे ठाव ||

बिदरचा बादशहापर्यंत कान्होपात्राच्या सौंदर्याची ख्याती पोहोचली. तिला पकडून आणण्याकरता त्याने आपले सरदार मंगळवेढ्यास पाठवले होते. स्वतःच्या शीलाचे रक्षण करण्याकरता कानोपात्रा वेश बदलून वारीत सहभागी झाली आणि पंढरपुरी पोहोचली. विठ्ठलाच्या चरणी डोके ठेवून आपले रक्षण करण्याचे आर्त विनवणी तिने केली. विषाचा घोट पिणे मला योग्य वाटत नाही. पण भीक मिळालीच नाही, तर मी भगवंताचे नाम घेऊन पडून राहील. पण आपला धर्म व्यस्थित व समाजातील वाईट लोकांच्या हाती पडू देणार नाही. मनातील पवित्र भावनांना दाबून टाकून मी वासनाच्या चिखलात पडणार नाही. तेव्हा तिने म्हटले,

नको देवराया अंत आता पाहू |
प्राण हा सर्वथा जाऊ पाहे ||
हरिणीचे पाडस व्याघ्रे धरीयेले |
मजलागी झाले तैसे ||
देवा मोकलूनी आस |
जाहले उदास घेई कान्होपात्रेस हृदयात ||

बादशहाच्या सरदाराने तिचा पंढरपूरपर्यंत पाठलाग केला. तसेच मंदिराच्या व्यवस्थापकांना कान्होपात्रेला हवाली करण्यास फर्मावले, अन्यथा मंदिर उध्वस्त करण्याची धमकी दिली. आपल्या भगवंताचे आपल्या विठ्ठलाचे मंदिर उद्ध्वस्त होताना कानोपात्रा कसे पाहू शकणार होते. तिने सोबत जाण्याची तयारी दर्शवली परंतु शेवटचे विठ्ठलाच्या चरणावर तिचे डोके ठेवण्याची विनंती केली. विठ्ठलाच्या पायाला पकडून मिठी मारून तिने आपले प्राण त्याक्षणी त्यागले. पण आपल्या आणि पांडुरंगाच्या भक्तीत अडसर ठरू पाहणाऱ्या कुणासोबत गेलीच नाही. मंदिराच्या दक्षिण दरवाज्याजवळ त्यांच्या देहाला पुरण्यात आले. त्या ठिकाणी वृक्ष उगवला तो वृक्ष आजही अक्षय हिरवा

असून संत कान्होपात्रेच्या भक्तीची साक्ष देत उभा आहे.

**साहित्य :**

संत कान्होपात्रा यांचे दुर्मिळ ओवीबद्‌ध चरित्र उपलब्ध झाले आहेत. मंगळवेढा येथील बसविलग यांनी २३८ वर्षांपूर्वी ३६ ओव्यांमध्ये कानोपात्रा यांचे आत्मचरित्र मांडले. जुन्या हस्तलिखितांचे अभ्यासक आणि संग्राहक मंजुळ यांना मंगळवेढा येथे कान्होपात्रा यांचे हे ओवीबद्‌ध चरित्र सापडले आहे. तेथील धार्मिक ग्रंथांचे संकलन करणाऱ्या एका व्यक्तीकडे हे छोटेखानी बाड उपलब्ध झाले आहे. मात्र ज्यांच्याकडे हे चरित्र आढळून आले आहे, त्यांनी आपले नाव प्रसिद्‌ध करू नये अशी इच्छा मंजुळ यांच्याकडे प्रदर्शित केली आहे.

महाराष्ट्राच्या संत परंपरेतील मंदियाळीमध्ये कान्होपात्रा या महत्त्वाच्या संत असून सकल संत गाथामध्ये कान्होपात्रा यांचे २३ अभंग आहेत. बसविलग यांचे काव्य रचना हे चरित्र शके १६९९ म्हणजे १७७७ मधील आहे. पूर्वी मंगळवेढा या भागाला 'मंगळा' असे म्हटले जात असे. केवळ छत्तीसगडमध्ये कान्होपात्रा यांचे चरित्र काव्यबद्‌ध केले आहे. हे काव्य देवनागरी लिपीमध्ये असून सुमारे दोनशे पन्नास वर्षांपूर्वीच्या मराठी भाषेचे वैभव त्यातून दिसते.

# 19

# संत सोयराबाई

जीवनकाळ - सुमारे १४ वे शतक, महाराष्ट्र

आपल्या अभंगातून जगण्याचे वास्तव रोखठोकपणे सांगणारे व्यक्तिमत्त्व म्हणजे 'संत सोयराबाई' साक्षात विठोबाला आपल्या घरी जेवणाच निमंत्रण देणाऱ्या संत सोयराबाई या मराठी संत कवयित्री होत्या. त्यांचे अभंग वाचले किंवा ऐकले तरी आपले जीवन धन्य झाल्याचा अनुभव येतो.

संत सोयराबाई या तत्कालीन सामाजिक विषमतेच्या होरपळून निघालेल्या, शूद्र - अतिशूद्र, गाववाला समाजजीवन, भौतिक व्यवहार, उच्चनीचता व वर्णव्यवस्था यांच्या विळख्यात अडकलेल्या प्रसिद्ध विठ्ठल भक्त संत चोखामेळा यांच्या पत्नी होत्या. त्यांचे कुटुंब मंगळवेढ्याचे. संत सोयराबाई या निरक्षर. अठराविश्वे दारिद्र्य झेलत, गावकुसाबाहेरचं उपेक्षित जीवन जगत होत्या. त्या आपल्या अभंगातून अभिमानाने 'चोख्याची महारी', 'सोयरा' असा स्वतःचा उल्लेख करीत असतं. परंतु त्यांनी आपल्या अभंग रचनेतून स्वतःच वेगळेपण सिद्ध केलं आहे.

सोंगाचे ते सोंग। डावी रंग कथेचा।।
परधनी सदा मन। वरी दावीतसे डोलून।।
ऐसा नर तो दुराचारी।म्हणे 'चोख्याची महारी।।

संत सोयराबाई आपल्या संसारासाठी खूप काबाडकष्ट करीत होत्या. त्याचबरोबर त्या अतिशय पारमार्थिक वृत्तीच्या होत्या. त्यांच पूर्ण कुटुंब हे उदरनिर्वाहासाठी मोलमजुरी करत पण विठ्ठल नामामध्ये सतत दंग असत. त्यांच्या कुटुंबाला मंदिरात प्रवेश नव्हता. त्यांना विठ्ठलाचे सावळे, गोजिरे रूप म्हद्वारातून पाहावे लागे. पण प्रत्यक्ष परमेश्वराने त्यांना जवळ केले होते. संत सोयराबाई आपल्या पतीच्या संत चोखामेळा यांच्या सेवेत अतिशय दक्ष असत.

संत सोयराबाईंना मूलबाळ नव्हतं या गोष्टींची खंत होती. अपत्यप्राप्ती आशेने कासावीस झालेल्या सोयराबाई आपल्या अभंगातून म्हणतात,

आमच्या कुळी नाही वो संतान
तेणे वाटे शीण माझ्या मना...

कालांतराने विठ्ठल कृपेने तिच्या पोटी कर्ममेळयचा जन्म झाला. लहानपणापासून झालेल्या नितळ भक्ती संस्काराण तोही विठ्ठलभक्त झाला. असा सांगितले जात की, प्रत्यक्ष पांडूरंगाने सोयराबाईंची नणंद निरकमळरुपाच्या रूपाने सोयराबाईंचे बाळंतपण केला. पुत्रप्राप्तीमुळे आनंदाने फुलून गेलेल्या सोयराबाईने मुलाच्या बारश्यासाठी विठ्ठल रुक्मिणीलाचं निमंत्रण दिले. त्याप्रमाणे विठोबा-रखुमाईने बारस केल्याचं ती आपल्या अभंगातून सांगते.

उपजता कर्ममेळा । वाचे विठ्ठल सावळा ।

करी साहित्य सामग्री । म्हणे चोख्याची महारी ।

संत चोखोबांच्या प्रेरणेतून एक शुद्र आणि निरक्षर स्त्री ज्ञानाचा शोध घेते. स्वतःला पारखते. समाजाशी झगडते. स्वतःशी, देवाशी वाद घालते आणि त्यातून गवसलेला लख्ख कण जनतेसाठी मागे ठेवत भागवत धर्माच्या मांदियाळीत अढळ स्थान मिळवते.

तत्कालीन समाजात शुद्र लोकांची सावली सुद्धा विटाळ मानली जायची. संत सोयराबाई जातीने महार असल्यामुळे त्यांच्या कुटुंबाचा समाजाने खूप छळ केला. त्यांना आयुष्यभर खालच्या जातीचे म्हणून हिणवल गेलं. काहीवेळा त्यांना मारही खायला लागला, सोयराबाईंच्या अभंगातून त्यांच्या या वेदना प्रत्येक शब्दातून कळतात,

हीन हीन म्हणोनी का गं मोकलिले
परी म्या धरिले पदरी तुमच्या
आता मोकलिता नव्हे नित बरी
थोरा साजे थोरी थोरपणे

संत सोयराबाई जीवनातील अमृत शुद्धीकरणाचा अतिशय अभूतपूर्व प्रसंग संत एकनाथ रचित संत चोखामेळा चरित्रात चितारला आहे. ज्यामध्ये असे सांगितले आहे की, संत चोखोबांच्या अंगणी संतांच्या, देवाच्या, पंगती बसल्या असताना साक्षात इंद्राने स्वर्गातून अमृतकलश तिथे आणला आणि त्यातील अमृता शुद्धीकरण चोखामेळा आणि सोयराबाई यांच्या हातून करून घेतलं. त्यावरून संत सोयराबाईच संतत्व स्वयंभू होते हे ध्यानात येते.

चोख्याचे अंगणी बैसल्या पंगती। स्त्री ते वाढिती चोख्याची।।
अमृताचे ताट इंद्रे पुढे केले। शुद्ध पाहिजे केले नारायण।।
चोखियाची स्त्री चोखा दोघे जण। शुद्ध अमृत तेणे केले देखा।।
चोखीयाच्या घरी शुद्ध होय अमृत। एका जनार्दनी मात काय सांगू।।

**संत सोयराबाईंचे प्रसिद्ध अभंग :**

संत सोयराबाईंचे ९२ अभंग उपलब्ध आहेत.

येई येई गरुडध्वज।
विटेसहित करीन पूजा।

हा त्यांचा विशेष ख्याती पावलेला अभंग आहे.

सुखाचे नाम आवडीने गावे।
वाचे आळवावे विठोबासी।

ही प्रसिद्ध अभंगरचनाही सोयराबाईंनीच लिहिली आहे. संत सोयराबाई या आत्मा आणि परमात्माच नात उलगडणारी विदुषी रांधणारी, घर-संसार सांभाळणारी गृहिणी आहे.

संत सोयराबाईंच्या अभंगातून डोकावणारे तत्वज्ञान हे सामान्य लोकांना सहज समजण्यासारख सुलभ आहे. साधी, सोपी आणि रसाळ अशा भाषेत त्यांनी अभंग रचना केली आहे. अभंग आधी स्वतःसाठी आणि मग जनांसाठी आत्मशुद्धी ते परमात्मा असा त्यांचा प्रवास आहे.

अवघा रंग एक झाला। रंगी रंगला श्रीरंग।।
मी-तू पण गेले वाया। पाहता पंढरीच्या रामा।।
नाहि भेदाचे ते काम। पळोनी गेले क्रोध काम।।
देही असुनी तू वादही। सदा समाधिस्त पाही।।
पाहते पाहणे गेले दुरी। म्हणतसे महारी चोखियाची।।

सोयराबाईंनी देहाच्या विटाळ महणणाऱ्या कर्मठांवर अत्यंत कठोर टीका केली आहे. तत्काळीन समाजात सवर्ण लोक शुद्रांच्या सावलीलाही विटाळ मानीत असताना, संत सोयराबाई थेट देवाशी वाद घालतात आणि त्याला प्रश्न विचारतात, देहात जर विटाळ वसंत तर मग देह

कोण निर्माण केला?

देहासी विटाळ म्हणती सकळ
आत्मा तो निर्मळ शुद्ध बुद्ध
देहीचा विटाळ देहीचा जन्मला
सोवळा तो झाला कवण धर्म

असं साक्षात विठ्ठलाशी किती बोलू न किती नको असं मोकळेपणाने म्हणणारी त्याच्याशी गुजगोष्टी करू इच्छिणाऱ्या सोयराबाई अंतबाह्य किती स्वच्छ आणि निर्मळ आहेत हे या त्यांच्या खालील अभंगातून लक्षात येईल.

बैसुनी एकांती बोलू गुजगोष्टी। केधवा भेटी बाई मज।।
हि नीत नव्हे बरी। म्हणे चोखियाची महारी।।

सुखात हजार वाटेकरी असतात पण दुःख तुमच्या एकट्याच असतं, हे त्यांनी आपल्या अभंगातून फार सुंदर शब्दात सांगितले आहे.

अवघे दुःखाचे सांगाती दुःख होता पळती आपोआप
आर्या पुत्र भगिनी माता आणि पिता हे अवघे सर्वथा सूखाचेचि

विठ्ठल भेटीस आतूर झालेली त्यांची मनःस्थिती त्यांच्या "उदारा पंढरिराया नको अंत पाहू। कोठवरि मी पाहू वाट तुझी।" या अभंगातून वाटत झाली आहे.

विठ्ठल दर्शनाने झालेल्या आनंद व्यक्त करताना आपल्या संतृप्त भावस्थितीचा अविष्कार " अनंत जन्मांचे फिटले साकडें। कांदिवली पुढे रूप त्यांचे।" या अभंगातून सांगतात.

चोखा मेळविला रूपी। आता माझी कोण गती।" हा अभंग, आणि चोखामेळा यांच्या समाधीसोहळ्याचे वर्णन करणारा अभंग यावरून सोयराबाईंचा मृत्यू हा चोखामेळा नंतर झाल्याचे अनुमान काढले जाते.

# 20

# संत निर्मळा

जीवनकाळ - १४ वे शतक

संत निर्मळा ह्या १४ व्या शतकातील भारताच्या महाराष्ट्रामधील एक संत व कवयित्री होत्या. बुलढाणा जिल्ह्यातील मेहुणाराजा येथे निर्मळा यांचा जन्म झाला. मेहुणाराजा येथे निर्मळा नावाची नदी आहे. त्यावरूनच निर्मळा हे नाव देण्यात आले. संत निर्मळा या संत चोखा मेळा यांची लहान बहीण, तर सोयराबाई यांच्या नणंद होत्या. त्याचबरोबर सोयराबाईचे बंधू बंका यांच्या पत्नी होत्या. हे सर्व कुटुंब भाविक होते. पंढरीची नित्य वारी करणारे होते. मेहुणाराजा येथून वारी

करणे अवघड होऊ लागल्यानंतर हे कुटुंब बराच काळ पंढरपूर येथे राहिले. परंतु चोखा मेळा यांच्या अपघाती निधनानंतर निर्मळा आणि त्यांचे पती बंका पुन्हा मेहुणाराजा येथे आले. आजही निर्मळा नदीतीरावर त्यांच्या समाधी आहेत. त्यांच्या लेखनमध्ये मुख्यत्वे अभंगांचा समावेश आहे जे जातीव्यवस्थेच्या परिणामी आलेल्या अन्याय आणि असमानतांचे वर्णन करतात. निर्मलांनी संसारिक विवाहित जीवन पश्चात्ताप केला आणि पंढरपूरच्या देवामध्ये आनंद मानला. त्यांनी आपल्या पती बंकांचा उल्लेख कधीही त्यांच्या कवितांमध्ये केला नाही.

संसाराचे कोण कोड । नाही मज त्याची चाड ॥
एका नामेंचि विश्वास । दृढ घालोनिया कांस ॥
जेथे न चले काळसत्ता । विठोबाचे नाम गाता ॥
शास्त्रे-पुराणे वदती । नाम तारक म्हणती ॥

या अभंगातून इतर कर्मकांडांत अडकण्यापेक्षा देवाच्या नावावर विश्वास ठेवा. त्या विठ्ठलाचे नाव घेतले की, काळाचीही सत्ता तेथे चालत नाही, असे ठामपणे सांगत असताना त्यासाठी निर्मळा शास्त्रे आणि पुराणांची साक्ष काढतात.

प्रबोधनाच्या या चळवळीत निर्मळा या आपले मोठे भाऊ चोखा मेळा यांनाच गुरुस्थानी मानताना दिसतात; किंबहुना नामसाधनेचा सोप्पा मार्ग आपल्याला चोखा मेळा यांच्यापासूनच मिळाला असल्याचे सांगताना त्या म्हणतात-

चोखा म्हणे निर्मळेशी । नाम गाय अहर्निशी ॥
तेणे संसार सुखाचा । इह परलोकी साचा ॥
साधन हेचि थोर असे । शांती क्षमा दया वसे ॥

इतर कर्मठ आणि कठीण साधनाकडे वळण्याऐवजी लोकांना नामसाधनेकडे आकर्षित करण्यासाठी हे साधन किती श्रेष्ठ आणि केवळ आपले संचित भक्कम असेल तरच कसे साध्य होते, हे सांगताना निर्मळा म्हणतात-

अनंत जन्माचे सुकृत पदरी । तोची उच्चारी ओठी हरिनाम ॥
अनंत जन्माचे पुण्य जया गाठी । तोची उच्चारी ओठी हरिनाम ॥

म्हणजे ज्याच्याकडे पुण्यसंचय आहे, तोच हरिनाम घेऊ शकतो, असा विश्वास देत असतानाच अनंत जन्माचे पाप घालवायचे असेल तर त्यासाठी सुद्धा भगवंताचे नाम हाच उपाय असल्याचा विश्वास देताना त्या सांगतात-

संत निर्मळा म्हणे अनंता जन्माचे । उच्चारिता वाचे पाप जाय ॥

# 21

# संत बहिणाबाई पाठक

बहिणाबाई पाठक (शिऊरकर)

जन्म - इ.स. १६२८ (शके १५५१)

निर्वाण - २ ऑक्टोबर, १७००

या एक वारकरी संप्रदायातील मराठी स्त्री संत कवयित्री आणि संत तुकारामांच्या शिष्या होत्या. त्यांचे माहेरचे आडनाव कुलकर्णी होते.

बालपणापासून परमार्थाकडे ओढा असणाऱ्या बहिणाबाईंनी पती व माहेरच्या माणसांसोबत अनेक तीर्थयात्रा केल्या. एकदा वडगावकरांच्या कीर्तनात तुकारामांचे अभंग ऐकून त्या तुकामय झाल्या, त्यांनी तुकारामांचे शिष्यत्व पत्करले. तथापि एका ब्राम्हण स्त्रीने तुकारामांचे शिष्य व्हावे ही गोष्ट सनातन्यांना पटणारी नव्हती. मंबाजीने तर त्यांचा खूप छळ केला पण त्यांनी आपली तुकाभक्ती सोडली नाही. बहिणा आपल्या गुरूंचा उल्लेख पदोपदी आपल्या अभंगात करीत. बहिणा म्हणते 'तुका सद्‍गुरू सदोहर | भेटतो अपार सुख होव || तुकारामा भेटला धन्य जिने माझे कृत्यकृत्य झाले सहजाचि'

जीवन :

बहिणाबाईचा जन्म, गोदावरीच्या उत्तरेस घृष्णेश्वराच्या पश्चिमेस, कन्नड तालुक्यातील वेळगंगा नदीच्या काठी देवगांव (रंगाऱ्याचे) येथे शके १५५१ मध्येन झाला. तिच्याय आईचे नांव जानकी व पित्याचे नांव आऊजी. माता-पित्यानी तिचा विवाह वयाच्यान पाचव्या वर्षी त्याच गावापासून पाच कोसावर असलेल्या ३० वर्षाच्या रत्नाकर फाटक नावाच्या बिजवरांशी. त्यांना आधीची दोन मुले होती.

संत बहिणाबाईना लहानपणापासूनच परमार्थाची व भक्तीची ओढ होती. कथा - कीर्तने, पुराण-श्रवण आणि सत्पुलरुषांची सेवा यात संत बहिणाबाई रमली होती. पण तिची संसारावरील आसक्ती कमी होऊन पारमार्थिक वृत्ती वाढत गेली. घरची गरिबी, शिक्षणाचा अभाव, तरीही समाधानी वृत्ती व संतवृत्तीला साजेशी पांडुरंगाची ओढ मनात होतीच. अखंड नामस्मरण चालू असे. शेतात काम करीत असतानाही हा भक्तिभाव अभंगाचे रूपाने तिच्या मुखातून बाहेर पडे. पुढे कोल्हारपूरच्या वास्तअव्याभत जयराम स्वानमीच्यात कथा कीर्तनाचा संत बहिणाबाईच्या मनावर प्रभाव पडला. ती रोज तुकारामाचे अभंग म्हणू लागली. बहिणाबाईचे सारे जीवन गुरूबोधामुळे बदलून गेले. तिने आपले गुरू संत तुकाराम महाराज व त्यांचीही गुरुपरंपरा आपल्या अभंगांत वर्णन केली आहे. तुकाराम महाराजांविषयीं प्रत्यक्ष माहिती असलेल्या कवयित्रीचे हे अभंग आहेत, त्यामुळे या अभंगांना विशेष महत्त्व आहे. त्यांचे वर्णन करताना गेल्या शतकातील एक श्रेष्ठ संत,

संतचरित्रकार आणि 'श्री गजानन विजय'कर्ते संतकवी दासगणू महाराज लिहितात, "पहा केवढा अधिकार.. ऋणी तिचा परमेश्वर ...". त्यांच्या अभंगांपैकी 'संत कृपा झाली। इमारत फळा आली ॥' हा अत्यंत प्रसिद्ध अभंग आणि 'घट फुटलियावरी। नभ नभाचे अंतरी॥' हा शेवटचा अभंग सांगितल्यावर त्या समाधिस्थ झाल्या. या साध्वीची समाधी शिऊर या गावी आहे..

अभंग, ओव्या, श्लोक, आरत्या इत्यादी मिळून ७३२ कविता त्यांच्या नावावर आहेत. त्यांच्या या कविता भक्तिभावाचा उत्स्फूर्त अविष्कार आहे. वेदान्ताचे प्रतिपादनही त्यात आढळते. त्यांच्या अभंगांतून तुकारामांच्या चारित्र्याचे अस्सल दर्शन घडते. बहिणाबाईंनी आपल्या अभंगातून 'ब्राम्हण कोण' हा विषय उपस्थित करून ब्राम्हण आणि ब्राम्हणी सनातनी वृत्तीवर स्वतः ब्राम्हण असून त्या काळात सडेतोड टीका केली. त्यांचे अभंग १७ व्या शतकातील, पण ते प्रसिद्ध झाले विसाव्या शतकात. त्यांची काव्यशैली साधी सरळ आणि हृदयस्पर्शी आहे.

रचना :

ज्ञानदेवे रचिला पाया, तुका झालासे कळस!, या प्रसिद्ध अभंगाची रचना साध्वी बहिणाबाई यांचीच आहे.

संपूर्ण अभंग असा -

संत कृपा झाली। इमारत फळा आली।
ज्ञानदेवे रचिला पाया। उभारिले देवालया।
नामा तयाचा किंकर। तेणे विस्तरिले आवार।
जनी जनार्दन एकनाथ। स्तंभ दिला भागवत।
तुका झालासे कळस। भजन करा सावकाश।
बहिणा फडकती ध्वजा। तेणे रूप केले ओजा॥

# 22

# संत वेणाबाई

जन्म - अंदाजे इ.स.१६२७ चैत्र वद्य चतुर्दशी
समाधी - इ.स. १६७८

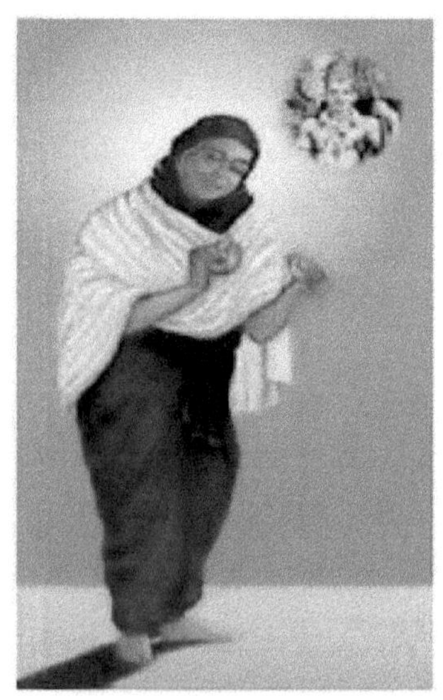

**बालपण :**

या मराठी संत होत्या. १६ व्या शतकात समर्थ रामदास स्वामींनी वेगळ्याच हेतूने आपले कार्य सुरू केले होते. सर्व समाज त्यांना संघटीत करावयाचा होता. धर्मसंघटनेची उभारणी त्यांनी सुरू केली त्यावेळी मिरजेला त्यांची वेणाबाईंशी पहिली भेट झाली. वेणाबाई या ब्राम्हण कुटुंबात जन्मलेल्या बालविधवा होत्या. कोल्हापूरच्या गोपाजीपंत देशपांडे यांच्या वेनाताई मुलगी होत्या व लहानवयातच लग्न होऊन त्या मिरजेला सासरी गेल्या. दुर्देवानी पतीचे निधन लवकर झाल्याने बालविधवीचे जीवन जगणे त्यांच्या नशिबी आले. त्या काळात विधवा स्त्रीने घरकाम करीत, देवाचे नाव घेत, धर्मग्रंथांचे धार्मिक ग्रंथांचे वाचन करीत आपले जीवन कंठायचे, अशी रीतच होती. समर्थ रामदास स्वामी त्यांच्या घरी भिक्षा मागायला आले तेव्हा समर्थांचे त्यांना प्रथम ओझरते दर्शन झाले. काही दिवसांनी रामदास स्वामी पुन्हा त्यांच्या दारात भिक्षा मागण्यासाठी आले. तेव्हा वेणाबाई तुळशी वृन्दावानापाशी एकनाथी भागवत वाचीत होत्या. समर्थांनी विचारले "मुली तुला यातले समजते का काही?" त्यावर वेणाबाईंनी समर्थांना पंचवी प्रश्न विचारले त्या प्रश्नातून समर्थांना वेनाबाईंची ही भेट वेणाबईंच्या जीवनाचा रस्ता बदलणारी ठरली. रामदास स्वामींच्या भेटीचा, बोलण्याचा वेणाबईंच्या मनावर खूप परिणाम झाला. हेच आपले गुरू आहेत. त्यांच्याकडून उपदेश घ्यावा. त्यांची सेवा करीत जीवन घालवावे. असे त्यांना वाटू लागले. रात्रंदिवस वेणाबाई त्यांचाच विचार करीत देह माझे मन माझे| सर्व नेले गुरुराजे अशी त्यांची अवस्था झाली. वेणाबाईंना कोल्हापूरला पाठवून दिले.

**व्यतिगत माहिती :**

या मूळच्या कोल्हापूर येथील राधिकाबाई आणि गोपजीपंत गोसावी यांच्या कन्या होत्या. विवाहानंतर त्या मिरज येथील देशपांडे यांच्या घरी गेल्या. काही काळातच, वयाच्या बाराव्या वर्षी विधवा झाल्या. तेथेच त्यांनी समर्थ रामदासांचे शिष्यत्व स्वीकारले. नंतर त्या मिरज येथे परत आल्या. समर्थांनी त्यांना कीर्तन करण्याची अनुमती दिली होती. त्या मध्ययुगीन काळात विधवा स्त्रीने कीर्तन करणे ही एक क्रांतीच

होती. समाजाच्या उद्‌धारासाठी क्रांतिकारक पाऊल उचलणाऱ्या सर्वच संतांना जननिन्देला सामोरे जावे लागते. समर्थ त्याला अपवाद नव्हते. वेणाबाई, अक्काबाई, अंबिकाबाई या स्त्रियांना त्यांनी अभ्यासास प्रवृत्त केले आणि मठपती बनवले. समर्थ मिरजेला आणि कोल्हापूरला नेहमी जात. तिथे त्यांची नेहमी कीर्तने होत. वेणाबाई त्यांच्या कीर्तनांना आवर्जून जात. त्यांचे आई-वडील समार्थांचेच अनुगृहीत होते. तर सासू-सासरे एकनाथ महाराजांचे अनुगृहीत होते. कोल्हापुरातील मंडळींची मजल तर वेणा बाईंना विषप्रयोग करण्यापर्यंत गेली. वेणा बाईंनी विष पचवून दाखवले. निन्दकांना पश्चात्ताप झाला. त्यांनी वेणाबाई आणि समर्थांची क्षमा मागितली. प्रारंभी कणखर मानाने जननिंदा सोसणाऱ्या वेणा बाईंनी कोमल अंतःकरणाने सर्वांना क्षमा केली. वेणाबाईंची समाधी सज्जनगड येथे आहे. सीतास्वयंवर वगैरे काही स्वतंत्र ग्रंथ त्यांनी लिहिले आहेत. सीतेचे स्वयंवर वेणाबाईंच्या पूर्वी आणि नंतर अनेकांनी वर्णिले आहे, पण वेणाबाईच्या ग्रंथाची योग्यता काही अनोखीच आहे. रामदासस्वामींनी इ.स.१६५६ मध्ये बांधून दिलेला वेणाबाईंचा मठ मिरज येथे आहे. वेणाबाईंना आदराने वेणास्वामी असे म्हटले जाते.

**वेणाबाईंची ग्रंथरचना :**

- उपदेशरहस्य - रामायणी प्रकरण
- कौल - रामायणी प्रकरण, एकूण २६ श्लोक
- पंचीकरण - वेदान्तावरील गद्‌य टिप्पण्या
- रामगुहकसंवाद किंवा नावेचे श्लोक - रामायणी प्रकरण
- रामायणाची कांडे (फक्त पाच?) : आदि, अयोध्या, अरण्य, किष्किंधा व सुंदरकांड. एकूण दीड हजार श्लोक
- सिंहासन - रामायणी प्रकरण
- सीतास्वयंवर - एकूण चौदा समास, ओवीसंख्या १५६८
- स्फुट - अभंग पदे, वगैरे.

# 23

# संत महिपती

महिपती ताहराबादकर

जन्म - अंदाजे शा.श. १६३७ / इ.स. १७१५ - श्रावण कृष्ण द्‌वादशी

निर्वाण - शा.श. १७१२ / इ.स. १७९०

हे महाराष्ट्रातील अहमदनगर जिल्ह्याच्या राहुरी तालुक्यातील ताहराबाद येथे होऊन गेलेले संतकवी होते. त्यांनी १३ व्या ते १७ व्या शतकादरम्यानच्या महाराष्ट्रातील प्रमुख वैष्णव संताबाबतचे चरित्रलेखन केले.

**बालपण :**

ताहराबाद हे गाव सतराव्या शतकात ताहीरखान नावाच्या सरदाराची जहागीर होते. त्याच्या पदरी असलेले श्री दादोपंत कांबळे हे देशस्थ ऋग्वेदी वसिष्ठ गोत्री ब्राम्हण, गावचे कुलकर्णी व ग्रामजोशी या पदांचे वतन सांभाळीत होते. त्यांच्या घरात फारच उशीरा, म्हणजे त्यांच्या वयाच्या साठाव्या वर्षी, शा.श. १६३७ (इ.स. १७१५) साली महिपतींचा जन्म झाला. श्री दादोपंत कांबळे हे मूळचे मंगळवेढ्याचे होते.

**गृहस्थाश्रम :**

वयाच्या सोळाव्या वर्षापासूनच महिपती हे वंशपरंपरेने चालत आलेले ताहराबादचे कुळकर्णीपद व जोसपण सांभाळू लागले. परंतु त्यांचे चित्त मात्र आध्यात्मिक साधनेतच होते. त्यांच्या पत्नीचे नाव सरस्वतीबाई असे होते. तिच्यापासून त्यांना विठ्ठल व नारायण असे दोघे पुत्र झाले.

**मृत्यू व समाधिस्थळ :**

महिपतीबुवा श्रावण कृष्ण द्वादशी, शा.श. १७१२ (इ.स. १७९०) रोजी वयाच्या ७५ व्या वर्षी निवर्तले. ताहराबाद येथे बुवांचे राहते घर अजून उभे आहे. तेथेच त्यांचे विठ्ठल मंदिरही आहे. तेथून जवळच त्यांच्या समाधीचे वृंदावनही आहे.

**कार्य :**

ते काही काळ अहमदनगर जिल्ह्याच्या ताहराबाद येथे वास्तव्यास होते. त्यांनी वारकरी संतांबाबतही चरित्रलेखन केले. त्याच्या भक्तविजय या सन १७६२ या दरम्यान लिहिलेल्या ग्रंथाचे भाषांतर सन १९३३ मध्ये प्रसिद्ध झाले. महिपती यांनी महाराष्ट्रातील व महाराष्ट्राबाहेरील अनेक संतांचा काव्यमय परिचय ‘भक्त विजय’ व `संतलीलामृत‘ या ग्रंथांत शब्दबद्ध केला आहे. संत साहित्यातील

अभ्यासकांच्या लेखी संत महिपती महाराजांच्या रचनेला विशेष स्थान आहे. महिपती महाराजांच्या चरित्राचा परिचय ह.भ.प. विनायक महाराज शाळिग्राम समशेरपूरकर (संगमनेर) यांनी त्यांच्या 'नूतन संत चरित्र' या ग्रंथात नऊ ते पंधरा अध्यायांत दिलेला आहे.

संत महिपती बुवा संत चरित्रकार होते परंतु ते संत चरित्र सुस्वर संगीत तालावर गायन करीत व भक्तांचा प्रचार करीत. या विषया वर ऑक्सफ़ोर्ड संदर्भ सेवा अंतर्गत इंग्लिश लेख प्रकाशित आहे.

**साहित्य संपदा :**

ग्रंथाचे नाव अध्याय ओव्या रचना शक -

श्रीभक्तविजय

श्रीकथासरामृत

श्रीसंतलीलामृत

श्रीभक्तलीलामृत

श्रीसंतविजय

श्रीपंढरी माहात्म्य

श्रीअनंतव्रतकथा

श्रीदत्तात्रेय जन्म

श्रीतुलसी माहात्म्य

श्रीगणेशपुराण

श्रीपांडुरंग स्तोत्र

श्रीमुक्ताभरण व्रत

श्रीऋषीपंचमी व्रत

अपराध निवेदन स्तोत्र

स्फुट अभंग व पदे

इ.स.च्या १८ व्या शतकातील वारकरीपंथी संतांमध्ये महिपती महाराजांचे नाव अनेक विठ्ठलभक्तांच्या तोंडी असे. पण त्यांचे लेखी चरित्र उपलब्ध नव्हते. मात्र, इ.स. १९९२ साली पंढरपूर येथून प्रसिद्ध होणाऱ्या 'पंढरी संदेश' मासिकाने संत महिपती महाराज यांच्या जीवन कार्यावर खास दिवाळी अंक प्रकाशित केला होता. संतांच्या चरित्रांची विस्तृत माहिती ओवीबद्ध करणाऱ्या महिपती महाराजांचे चरित्र मात्र

दुर्लभ होते. पुढे त्यांच्याच वंशातील वयोवृद्ध ज्ञानी कीर्तनकार ह.भ.प. नानामहाराज वनकुटेकर ऊर्फ गोविंद म्हाळसाकांत कांबळे यांनी श्री संत महिपती महाराजांचे एक ८३ पानांचे छोटेखानी चरित्र लिहिले.

# 24

# संत अच्युत

जन्म - २७ जानेवारी १९२४ रोजी पौष वद्‌य षष्टी
निर्वाण - दि. ७ सप्टेंबर २०१२

श्री संत अच्युत महाराज यांचे शिक्षण इयत्ता आठवीपर्यंत झाले होते. आठवी उत्तीर्ण झाल्यानंतर तीन वर्षांनी महाराजांनी मौन धारण केले व त्याच वर्षी कोजागिरी पौर्णिमेला (१६ ऑक्टोबर) त्यांनी गृहत्याग केला. वयाच्या १७ व्या वर्षी घराबाहेर पडलेल्या अच्युत महाराजांचे १७ ऑक्टोबर १९४१ ला वरखेड येथे आगमन झाले. तीन दिवसांनी येथेच त्यांची राष्ट्रसंत तुकडोजी महाराज यांचेशी पहिली भेट झाली. भेटीच्या दुसऱ्याच दिवशी महाराजांनी त्यांना तपश्चर्येचा मंत्र दिला. त्यानुसार परतोडच्या जंगलात १९५८ पर्यंत अच्युत महाराजांनी तपसाधना केली. १९६१ साली महाशिवरात्रीला त्यांचा पहिला ग्रंथ 'श्री पंचधारा स्रोत' प्रकाशित झाला. नंतर कौंडण्यपूर येथील वास्तव्यादरम्यान तब्बल सात वर्ष त्यांनी विविध ग्रंथांचे लेखन केले. त्यांनी लिहिलेल्या ग्रंथाद्वारे व लोकांसमोर दिलेल्या प्रवचनांमधून त्यांनी पुष्कळ समाजप्रबोधन केले.

**कार्य :**

• गाडगे महाराज व राष्ट्रसंत तुकडोजी महाराज यांच्या विचारांनी प्रभावित होऊन त्यांनी समाजसेवेचे व्रत घेतले.

• २४ नोव्हेंबर १९७८ रोजी महाराजांना महाराष्ट्र योग संमेलनात प्रमुख अतिथी म्हणून निमंत्रित करण्यात आले. योगसाधनेची त्यांच्यात असलेली अफाट सिद्धता लोकांपुढे मांडणारा हा पहिला सार्वजनिक कार्यक्रम होता.

• १९८१ साली त्यांनी नागपूर विद्यापीठात गाडगीळ व्याख्यानमालेला उपस्थित राहून पहिले प्रवचन केले.

• १९८५ साली त्यांनी अच्युत धर्मग्रंथ प्रकाशन संस्थेची स्थापना केली.

• १९८७ मध्ये साने गुरुजी मानव सेवा संघ स्थापन केला.

• अच्युत महाराज त्यांच्यापाशी जमा झालेल्या साहाय्य निधीतून तपोवन येथील अनाथ बालकाश्रमसही मदत करत असत.

• अच्युत महाराजांनी काही संस्कृत ग्रंथाचा मराठीत ओवीबद्ध अनुवाद केला आणि हिंदी व मराठी भजनमाला रचल्या.

अच्युत महाराज यांचे निधन दि. ७ सप्टेंबर २०१२ रोजी झाले; त्यांची समाधी अमरावती जिल्ह्यातील शेंदूरजना बाजार येथे आहे.

**अच्युत महाराजांनी ओवीबद्ध केलेले ग्रंथ :**

- अध्यात्म रामायण
- दुर्गा सप्तशती
- श्रीमद्भागवत
- महाभारत
- शिवमहिमा स्तोत्र

**अच्युत महाराजांचे अन्य ग्रंथ :**

- खेड्यातील माणसे
- गीता ग्रामगीता
- ग्रामगीता तत्त्वसार
- संस्कार-पाठ

असे सुमारे शंभर ग्रंथ त्यांनी लिहिले.

www.ingramcontent.com/pod-product-compliance
Lightning Source LLC
LaVergne TN
LVHW021142160826
845679LV00023B/2007

* 9 7 9 8 8 8 8 6 9 2 5 7 8 *